ಅಮೆರಿಕನ್ ಮಾರ್ಕೆಟ್ಟಿನಲ್ಲಿ ಹಚ್ಚಗೆ ಕೊಯ್ದ ಕೊತ್ತಂಬರಿ ಸೊಪ್ಪು..

ತನ್ನ ಹೆಸರಿನ ಜೊತೆಗೆ ಸಾಕ್ಷಾತ್ ಶ್ರವಣ ಕುಮಾರನಂತೆ ತನ್ನ ತಂದೆ ತಾಯಿಯರ ಹೆಸರನ್ನು ಹೊತ್ತೇ ಸಾಗುವ ಆಕರ್ಷ ಸದಾ ನನ್ನ ಕುತೂಹಲದ ಕೇಂದ್ರ. ಕುಳಿತ ಕಡೆ ಕುಳಿತುಕೊಳ್ಳದ, ಯಾವುದೋ ಒಂದು ಅವಸರದಲ್ಲಿರುವಂತೆ ಹೆಜ್ಜೆ ಹಾಕುವ, ಒಂದೇ ಬಾರಿಗೆ ಎಲ್ಲಾ ಮಾತನ್ನು ಮುಂದೆ ಸುರಿದು ಬಿಡಬೇಕು.. ಎನ್ನುವ ಧಾವಂತದ ಈ ಹುಡುಗನ ಒಳಗೆ ಒಂದು 'ಗ್ರಾಫಿಟಿಯ ಹೂ'ವಿರಬಹುದು ಎಂದು ನನಗೆ ಗೊತ್ತೇ ಇರಲಿಲ್ಲ.

ಫ್ರಾನ್ಸ್, ಅಮೇರಿಕಾ, ಸ್ವಿಡ್ಜರ್‌ಲ್ಯಾಂಡ್‌ಗಳಲ್ಲಿ ಉಸಿರಾಡಿ ಬಂದ ಆಕರ್ಷನಿಗೆ ಬದುಕು, ಭಾಷೆ ಎಲ್ಲವೂ ಒಂದು ಗ್ರಾಫಿಟಿಯ ಹೂವಾಗಿಯೇ ಕಂಡದ್ದರಲ್ಲಿ ಆಶ್ಚರ್ಯವೇನಿಲ್ಲ. ಬದುಕಿಗೆ ಗಡಿ ಗೋಡೆಗಳನ್ನು ಕಟ್ಟಿಕೊಳ್ಳದ, ಗ್ರೀನ್‌ವಿಚ್ ಮೀನ್ ಟೈಮ್‌ನಿಂದ ಸಮಯ ಅಳೆಯದ, ಕಾಫಿ ಕಪ್ಪಿನೊಳಗಿನ ಕಡು ಬಣ್ಣದ ಮೂಲಕ ರುಚಿ ಅಳೆಯದ ಒಂದು ತಲೆಮಾರು ತಲೆ ಎತ್ತಿದೆ.

'ಸಿಟಿಜನ್' ಎನ್ನುವ ಕಲ್ಪನೆ ದೂರವಾಗಿ 'ನೆಟಿಜನ್' ಎನ್ನುವುದು ವಾಸ್ತವವಾಗುತ್ತಿರುವ ಕಾಲದ ತಲೆಮಾರು ಇದು. ಒಂದು ದೇಶಕ್ಕೆ ಜೋತು ಬೀಳದ, ಒಂದೇ ಭಾಷೆ ಎನ್ನುವುದನ್ನು ಕೀಳರಿಮೆಯಾಗಿ ನೋಡುವ, ಹಲವು ಸಂಸ್ಕೃತಿಯ ಮಿಶ್ರ ಪಾಕದಲ್ಲಿರುವ ತಲೆಮಾರು ನನಗೆ ಸದಾ ಕಾಡುವ ಸಂಗತಿ.

ಜಾಗತೀಕರಣ ಹೇಗೆ ಯಾವುದೇ 'ಕಾಸ್ಮೆಟಿಕ್ಸ್' ಬಳಸದೆ ಎಲ್ಲರ ಬಣ್ಣ ಬದಲಿಸುತ್ತದೆ ಎನ್ನುವುದು ಕ್ರಮೇಣ ನಮ್ಮ ಅಡುಗೆ ಕೋಣೆಗಳಲ್ಲೂ ಬದಲಾಗುತ್ತಿರುವ ಭಾಷೆ, ಊಟ, ಲೋಟ ಎಲ್ಲವೂ ಹೇಳುತ್ತಿವೆ.

ಟೆಕ್ ಲೋಕದ ಏಣಿ ಇಟ್ಟುಕೊಂಡು ಸುಲಭವಾಗಿ ಜಾಗತೀಕರಣದ 'ಕ್ಲೌಡ್'ನ ಭಾಗವಾಗಿ ಹೋಗಬಹುದಾದ ಹುಡುಗ ತನ್ನ ಕೈಯಲ್ಲಿ ಕವಿತೆ ಹಿಡಿದು ನಿಂತಿದ್ದಾನೆ ಎನ್ನುವುದೇ ಒಂದು ಅಚ್ಚರಿಯ ಸಂಗತಿ. ತನ್ನೊಳಗೆ ಓಡಾಡಿದ ನಗರಗಳನ್ನು, ತನ್ನೊಳಗೆ ಹಾದು ಹೋದ ಭಾಷೆಗಳನ್ನು, ತನ್ನೊಳಗೆ ಅಡಗಿ ಕೂತ ಸಂಸ್ಕೃತಿಗಳನ್ನು ತಾನು ಕಳೆದು ಹೋದದ್ದನ್ನು, ತನ್ನ ಅನಾಥತೆಯನ್ನು ಆಕರ್ಷ ಕವಿತೆಯಾಗಿಸಿದ್ದಾನೆ.

'ನಿಮ್ಮ ಹೆಸರುಗಳನ್ನೇ ಶೀರ್ಷಿಕೆಯಾಗಿಸಿ ಕವಿತೆಯಾಗಿಸುತ್ತೇನೆ' ಎನ್ನುತ್ತಾನೆ ಆಕರ್ಷ. ಈ ಕವನ ಸಂಕಲನದಲ್ಲಿ ಓಡಾಡಿದರೆ ಸಾಕು ಜಗತ್ತಿನ ವಿಶಾಲ ಕ್ಯಾನ್‌ವಾಸ್‌ನಲ್ಲಿ ಕಳೆದು ಹೋಗುವ ಅನುಭವ. ಆತ ಹೇಳಿದಂತೆ ಈ ಸಂಕಲನದಲ್ಲಿನ ಕವಿತೆಗಳಿಗೆ ನಮ್ಮ ಗುರುತನ್ನೇ ಕೊಟ್ಟುಕೊಳ್ಳಬಹುದು.

ಭವಿಷ್ಯದ ಕವಿತೆಗಳು ಚಿಕ್ಕದಾಗಿರುತ್ತವೆ/ಅವಕ್ಕೆ ಬೃಹತ್ ಬ್ಯಾಟರಿಗಳ ಅಥವಾ ವಿಶಿಷ್ಟ ತಂತುಗಳ ಅವಶ್ಯವಿರುವುದಿಲ್ಲ/ಭವಿಷ್ಯದ ಕವಿತೆ ತನ್ನನ್ನು ತಾನೇ ಬರೆದುಕೊಳ್ಳುತ್ತದೆ/ಡಿಜಿಟಲ್ ಪ್ರೋಗ್ರಾಮಿನ ಸಹಾಯದಿಂದ/ ತೊಡಕುಗಳಿಲ್ಲದೆ ತಿಂಗಳುಗಟ್ಟಲೆ ಚಲಿಸುತ್ತದೆ/ಆಧುನಿಕ ವಸ್ತುಗಳಿಂದ /ವಿಶಿಷ್ಟ ಲೋಹಗಳಿಂದ ತಯಾರಿಸಲ್ಪಟ್ಟಿರುತ್ತದೆ/ಭವಿಷ್ಯದ ಕವಿತೆ ನೂರಾರು ಆಕಾರಗಳಲ್ಲಿ/ಬಣ್ಣಗಳಲ್ಲಿ ಲಭ್ಯವಿರುತ್ತದೆ... ಎಂದೇ ಅಂದುಕೊಂಡು ಒಳಗೊಳಗೇ ಗಾಬರಿಪಟ್ಟುಕೊಳ್ಳುತ್ತಿದ್ದಾಗ ಆಕರ್ಷನ ಕವಿತೆಗಳು ಎ.ಕೆ.ರಾಮಾನುಜನ್ ಅವರು ಬಣ್ಣಿಸುವಂತೆ 'ಅಮೆರಿಕನ್ ಮಾರ್ಕೆಟ್ಟಿನಲ್ಲಿ ಹಚ್ಚಗೆ ಕೊಯ್ದ ಕೊತ್ತಂಬರಿ ಸೊಪ್ಪಿ'ನಂತೆ ಕಂಡು ನಿರಾಳ ಉಸಿರು ಬಿಡುವಂತೆ ಮಾಡಿದೆ.

ಹೊಸ ತಲೆಮಾರಿನ ಕವಿತೆಗಳು ಹೇಗಿರುತ್ತವೆ ಎನ್ನುವುದು ಗೊತ್ತಾಗಬೇಕಾದರೆ ನೀವೂ ಈ 'ಗ್ರಾಫಿಟಿಯ ಹೂ'ವನ್ನು ಕೈಗೆತ್ತಿಕೊಳ್ಳಬೇಕು.

– ಜಿ ಎನ್ ಮೋಹನ್

ಗಾಣಿಬಿಯ ಹೂವು

ಕವಿತೆಗಳ ಗುಚ್ಛ

ಆಕರ್ಷ ರಮೇಶ್ ಕಮಲ

ಬಹುರೂಪಿ

1, 'ನಾಕುತಂತಿ' ಬಸಪ್ಪ ಬಡಾವಣೆ, ಆರ್‌ಎಂವಿ 2ನೇ ಘಟ್ಟ
ಸಂಜಯನಗರ, ಬೆಂಗಳೂರು – 560 094

ದೂರವಾಣಿ: 70191 82729 editor.bahuroopi@gmail.com
Online Book Store: bahuroopi.in
facebook: bahuroopi.official/

16

GRAFFITIYA HOOVU-
A Collection Poems By **Akarsha Ramesh Kamala**
Published by **Bahuroopi**

Written By
Akarsha Ramesh Kamala
97392 77750
rkakarsha@gmail.com

Published By
Bahuroopi
1, Naaku Tanti, Basappa Layout,
RMV Second Stage, Sanjayanagar,
Bangalore 560 094
--
editor.bahuroopi@gmail.com
Mobile: 70191 82729

online book store:
bahuroopi.in

First Edition: 2019

ISBN : 978-81-938533-8-2

Pages: 88

Price: Rs. 120/-

Design: **Sagar M S**

Cover Design: **Gousi Arts**

ಬಹುರೂಪಿ
ಪ್ರಕಟಣೆಗಳಿಗಾಗಿ ಈ
QR ಕೋಡ್ ಅನ್ನು
ಸ್ಕ್ಯಾನ್ ಮಾಡಿ.

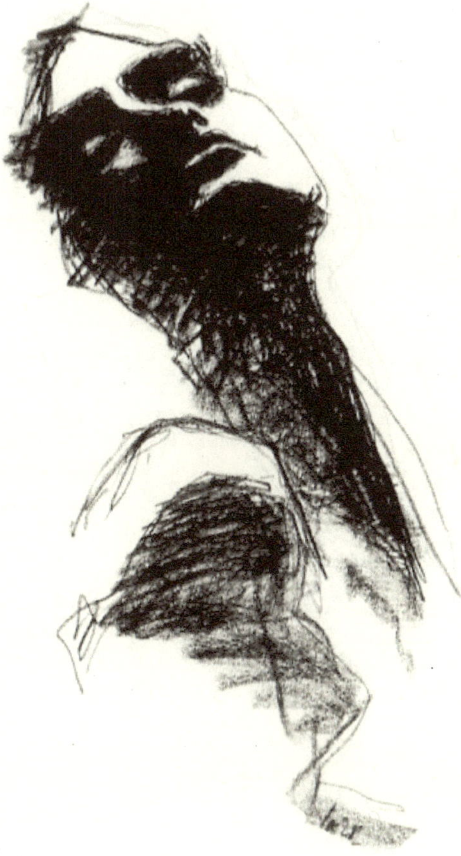

ಎಂದೂ ಬರೆಯಲಾಗದ ಕವಿತೆ

'ಅಮ್ಮ'ನಿಗೆ

ಈ

'ಗ್ರಾಫಿಟಿಯ ಹೂವು'

..ಅದಕ್ಕಾಗೇ ಬರೆಯುತ್ತೇನೆ

'ನಾವಿಂದು ಬದುಕುತ್ತಿರುವುದು ಧಾವಂತದ ಯುಗದಲ್ಲಿ. ನಮಗೆ ಕಾವ್ಯಾತ್ಮಕ ಬದುಕನ್ನು ಕಟ್ಟಿಕೊಳ್ಳಲಾಗುತ್ತಿಲ್ಲ. ನಮ್ಮೆಲ್ಲ ಸುಖ-ದುಃಖಗಳನ್ನು ಗದ್ಯದಲ್ಲಿ ಕಂಡುಕೊಳ್ಳುತ್ತ ಭಾಷೆ ನಿಜಕ್ಕೂ ಏನನ್ನು ಸಾಧಿಸಬಹುದು ಎಂಬುದಕ್ಕೆ ಕಿವುಡಾಗಿದ್ದೇವೆ. ಕವಿತೆಯೆಂದರೆ ಕೆಲವರು ಮಾತ್ರ ಪ್ರೀತಿಸಿ, ಅನೇಕರ ಅಸಡ್ಡೆಗೆ ಗುರಿಯಾದ, ಯಾರೂ ದುಡ್ಡುಕೊಟ್ಟು ಕೊಳ್ಳದ ಸರಕು. ಕವಿತೆ ಜನಪ್ರಿಯವಾಗಬೇಕೆಂಬ ಕಲ್ಪನೆಯೇ ತಪ್ಪು' ಹೀಗೆಂದು ವಿಲಿಯಂ ಲೋಗನ್ ಎಂಬ ನ್ಯೂ ಯಾರ್ಕ್ ಟೈಮ್ಸ್‌ನ ಪತ್ರಕರ್ತ ತನ್ನ 'ಪೊಯೆಟ್ರಿ' ಅಂಕಣದಲ್ಲಿ ಹೇಳುತ್ತಾನೆ. 'ಸಮಾಜದಲ್ಲಿನ ದ್ವೇಷದ ಬೀಜಕ್ಕೆ ಶಾಂತಿಯುತವಾಗಿ ಪ್ರತಿಕ್ರಿಯಿಸಬಹುದಾದ ಬೋಧಿವೃಕ್ಷ ಕವಿತೆ' ಎಂದು ಇನ್ನೊಬ್ಬ ಅಂಕಣಕಾರ ಹೇಳುತ್ತಾನೆ.

ನನ್ನೊಳಗಿನ ತುಮುಲಗಳಿಗೆ ಅಕ್ಷರರೂಪ ಕೊಡಲು ಯತ್ನಿಸಿದ್ದು ದೂರದ ಅಮೇರಿಕದಲ್ಲಿ. ಪರಕೀಯರ ನಡುವೆ ನನಗಾಗುತ್ತಿದ್ದ ತಲ್ಲಣಗಳನ್ನು ಪ್ರಬಂಧದ ಮೂಲಕ ಸುಲಭವಾಗಿ ತಲುಪಿಸಬಹುದು ಎಂದೆನಿಸಿ ಬರೆಯಲು ಶುರು ಮಾಡಿದೆ. ಬರವಣಿಗೆ ನಾನು ಸಮಾಧಾನವನ್ನು ಕಂಡುಕೊಳ್ಳುವ ತಾಣವಾಗಿ ಕಂಡಿತು. ಹೀಗಿದ್ದಾಗ ಗೆಳೆಯನಂತೆ ದೊರಕಿದವನು ಸೂಫಿ ಕವಿ ಜಲಾಲುದ್ದೀನ್ ರೂಮಿ. ನನ್ನ ತಾಯಿ ಎಂ.ಆರ್.ಕಮಲ ಕವಿಯಾಗಿದ್ದರೂ ನಾನು ಕ್ರಮವಾಗಿ

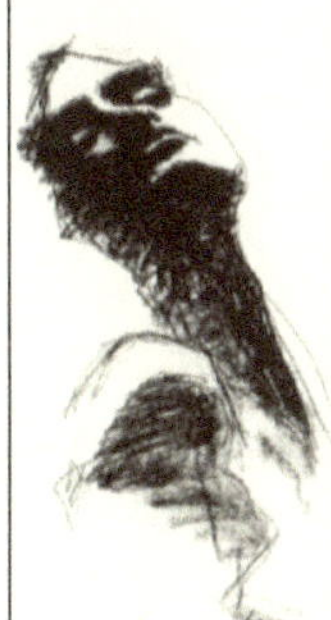

ಕವಿತೆಗಳನ್ನು ಓದಿದವನಲ್ಲ. ಕಾವ್ಯದ ಶಕ್ತಿ, ಅವು ಕಟ್ಟಿಕೊಡುವ ಸೂಕ್ಷ್ಮ ಪ್ರಪಂಚವನ್ನು ಪರಿಚಯಿಸಿದ್ದು ಸೂಫಿ ಕವಿ ರೂಮಿ. ಅರೆ! ಎರಡೇ ಸಾಲುಗಳಲ್ಲಿ ಅದೆಷ್ಟು ವಿಷಯಗಳನ್ನು ಹೇಳಿಬಿಡಬಹುದು, ಅಮೂರ್ತವಾದದ್ದನ್ನು ಹೇಗೆ ಓದುಗರ ಕಲ್ಪನೆಗೆ ಬಿಟ್ಟುಬಿಡಬಹುದು, ಕವಿತೆಗಳಲ್ಲಿ ಹೇಗೆ ಕಥೆಗಳನ್ನು ತೆರೆದಿಡಬಹುದು ಎಂಬುದನ್ನು ರೂಮಿ ಕವಿತೆಗಳು ತೋರಿಸಿಕೊಟ್ಟವು. ಆರಂಭದಲ್ಲಿ ಬರೆದ ಇಂಗ್ಲಿಷ್ ಕವಿತೆಗಳಿಗೆ ಮೊಗಹೊತ್ತಿಗೆ ಮಾಧ್ಯಮವಾಯಿತು. ಕವಿತೆ ಕಟ್ಟುವ ಕಲೆ ಒಲಿದಿದೆ ಎಂದೂ ಈಗಲೂ ಅನ್ನಿಸುತ್ತಿಲ್ಲ. ಮೊದಲ ಕವಿತೆ ಬರೆದಾಗ ಇದ್ದ ಕಾತರತೆ, ಮುಗ್ಧತೆಗಳನ್ನು ಉಳಿಸಿಕೊಳ್ಳುವ ಪ್ರಯತ್ನ ಮಾಡುತ್ತಲೇ ಹೊಸ ಕವಿತೆಗಳನ್ನು ಬರೆಯಲು ತೊಡಗುತ್ತೇನೆ. ಅಂಥ ಎಷ್ಟೋ ಕವಿತೆಗಳು ಈ ಸಂಕಲನ ಸೇರದೆ ಇನ್ನೂ ನನ್ನ ಡೈರಿಯಲ್ಲೇ ಉಳಿದುಕೊಂಡಿವೆ. ನಾನು ಹೆಚ್ಚಾಗಿ ಫ್ರಾನ್ಸ್, ಅಮೇರಿಕಾ, ಸ್ವಿಟ್ಜರ್ಲ್ಯಾಂಡ್ ದೇಶಗಳಲ್ಲಿ ಕೆಲಸ ಮಾಡಿರುವುದರಿಂದ ಕವಿತೆಗಳು ಅಲ್ಲಿ ನನಗಾದ ಅನುಭವಗಳನ್ನೇ ಹೇಳುತ್ತವೆ.

ನಗರದ ಧಾವಂತ ಬದುಕಿನ ಸಂತೆಯಲ್ಲಿ ನಿಂತು ನನ್ನಿಷ್ಟದ ಹಾಡನ್ನು ಕೇಳುವಾಗಲೋ, ಕ್ಯಾಬ್‌ಗಳಲ್ಲಿ ಪಯಣಿಸುತ್ತ, ಟ್ರಾಫಿಕ್ ಶೆಕೆ ಧೂಳಿನಲ್ಲಿ ಮಹತ್ತರವಾದುದನ್ನು ಸಾಧಿಸಲು ಹೊರಟು, ನನ್ನದೇ ದನಿಯನ್ನು ಕೇಳಿಸಿಕೊಳ್ಳಲಾಗದೆ ಒದ್ದಾಡುವ ರಸ್ತೆಗಳಲ್ಲಿ ಬಹುತೇಕ ಕವಿತೆಗಳು ಹುಟ್ಟಿವೆ. ಅದ್ಭುತ ರೂಪಕಗಳಲ್ಲಿ ವಿಶೇಷವಾದದ್ದೇನೋ ಹೇಳುವುದು ನನ್ನ ಕವಿತೆಗಳ ಆಶಯ ಅಲ್ಲವೇ ಅಲ್ಲ. ಅಮ್ಮ ಕವಿಯಾಗಿ ಅರಬ್ ದೇಶದ ಹೆಣ್ಣುಮಕ್ಕಳ ಕವಿತೆಗಳನ್ನು ಕನ್ನಡಕ್ಕೆ ತಂದಾಗ ನನಗನಿಸಿದ್ದು ಇದೇ. ಬದುಕಿನ ಸಣ್ಣ ಸಣ್ಣ ಸಂಗತಿಗಳನ್ನು ಅದ್ಭುತವಾಗಿ ಕಟ್ಟಿ ಕೊಡುವ ಈ ಕವಿತೆಗಳು ನನ್ನ ಮೇಲೆ ಆಳವಾಗಿ ಪರಿಣಾಮ ಬೀರಿವೆ. ಇಷ್ಟಾಗಿಯೂ ಕವಿತೆ ಯಾಕೆ ಬರೆಯುತ್ತೇನೆ ಎಂಬ ಪ್ರಶ್ನೆಗೆ ನನ್ನ ಉತ್ತರ: 'ಕವಿತೆ ಬರೆಯುವುದಕ್ಕೆ ಬರುವುದಿಲ್ಲ, ಅದಕ್ಕಾಗೇ ಬರೆಯುತ್ತೇನೆ'.

ಕವಿತೆಗಳು ಪುಸ್ತಕ ರೂಪದಲ್ಲಿ ಹೊರಬರುತ್ತಿರಲು ಕಾರಣರಾದವರು 'ಅವಧಿ'ಯ ಸಂಪಾದಕರಾದ ಜಿ.ಎನ್.ಮೋಹನ್ ಹಾಗೂ ಶ್ರೀಜಾ ವಿ.ಎನ್. ಮೊಗಹೊತ್ತಿಗೆಯಲ್ಲಿ ಬರೆಯುತ್ತಿದ್ದ ಕವಿತೆಗಳನ್ನು ಮೆಚ್ಚಿ ಅವಧಿ ಜಾಲತಾಣದಲ್ಲಿ ಪ್ರಕಟಿಸಿದ್ದೂ ಅವರೇ. ಅವರಿಗೆ ಧನ್ಯವಾದ ಮತ್ತು ಕೃತಜ್ಞತೆಗಳು.

ಚಿಕ್ಕ ವಯಸ್ಸಿನಲ್ಲೇ ರಾಶಿ ರಾಶಿ ಪುಸ್ತಕಗಳನ್ನು ಹೊತ್ತು ತಂದು ಜಗತ್ತಿನ್ನೆಲ್ಲ ಕಥೆಗಳನ್ನು ನನ್ನೆದೆಯಲ್ಲಿ ಅಚ್ಚಾಗುವಂತೆ ಮಾಡಿ, ನನ್ನಲ್ಲಿ ಒಂಚೂರು ಸೂಕ್ಷ್ಮತೆಯನ್ನು, ಸಾಮಾಜಿಕ ಪ್ರಜ್ಞೆಯನ್ನು, ವಿಭಿನ್ನ ಚಿಂತನೆಯನ್ನು ತನ್ನ ಬರಹಗಳಿಂದ ತುಂಬಿದ ಪ್ರೀತಿಯ ಮಾಮ, ಮುನ್ನುಡಿಯನ್ನು ಬರೆದುಕೊಟ್ಟಿರುವ ಕನ್ನಡದ ಮಹತ್ವದ ಕಥೆಗಾರ ಕೇಶವ ಮಳಗಿಗೆ ಧನ್ಯವಾದ.

ನಾನು ತುಂಬಾ ಗೌರವಿಸುವ ಅದ್ಭುತ ಕವಿ, ಚಿಂತಕ ಹಾಗು ಅಷ್ಟೇ ಪ್ರೀತಿಯನ್ನು ಹೊತ್ತುಕೊಂಡು ತಿರುಗುವ, ಬೆನ್ನುಡಿಯನ್ನು ಕೇಳಿದ ತಕ್ಷಣವೇ ಅತ್ಯಂತ ಸೂಕ್ಷ್ಮವಾಗಿ ಬರೆದುಕೊಟ್ಟ ಎಚ್. ಎಸ್. ಶಿವಪ್ರಕಾಶ್ ಸರ್‌ಗೆ ಧನ್ಯವಾದ. ಬರೆದ ಮೊದಲ ಕವಿತೆಯಿಂದ ಹಿಡಿದು ಎಲ್ಲ ಕವಿತೆಗಳಿಗೆ ಪ್ರೀತಿಯ ಪ್ರತಿಕ್ರಿಯೆಯನ್ನು ನೀಡಿ, ತಿದ್ದಿ ತೀಡಿ ನನ್ನಲ್ಲಿರುವ ಬರಹಗಾರನನ್ನು ಸದಾ ಎಚ್ಚರವಾಗಿಡುವ ಪ್ರೀತಿಯ ಮಾಮ, ಸೂಕ್ಷ್ಮ ಪ್ರಬಂಧಕಾರ ಚಂದ್ರಶೇಖರ ಆಲೂರರಿಗೆ ನನ್ನಿ.

'ಅಮ್ಮನನ್ನು ಕವಿತೆ ಮತ್ತು ಮನಸ್ಸಿನಲ್ಲಿ ಇಟ್ಟುಕೊಂಡಿರುವ ನೀನು ಬೇಗ ಪುಸ್ತಕವನ್ನು ಪ್ರಕಟಿಸು' ಎಂದು ಹೇಳಿದ, 'ಅವಧಿ'ಯಲ್ಲಿ ಕವಿತೆಗಳನ್ನು ಪ್ರಕಟಿಸಿದ ಸಂಧ್ಯಾರಾಣಿ ಮೇಡಂಗೆ ಧನ್ಯವಾದ. ನನ್ನ ಕವಿತೆಗಳನ್ನು ಪ್ರಕಟಿಸಿದ 'ಸಖಿ' ಪತ್ರಿಕೆಯ ಸಂಪಾದಕರಾಗಿದ್ದ ಡಾ ವೆಂಕಿ, 'ಕನ್ನಡ ಪ್ರಭ'ದ ಜೋಗಿ ಅಂಕಲ್, 'ವಿಜಯ ಕರ್ನಾಟಕ'ದ ವಿದ್ಯಾರಶ್ಮಿಯವರಿಗೆ ಕೃತಜ್ಞತೆಗಳು.

ಮೊಗಹೊತ್ತಿಗೆಯಲ್ಲಿ ಕವಿತೆಗಳನ್ನು ಪ್ರಕಟಿಸಿದಾಗ ಬೆನ್ನು ತಟ್ಟುತ್ತಿದ್ದ ಕವಿಮಿತ್ರ ರಾಜೇಂದ್ರ ಪ್ರಸಾದ್, ನಟ ಶ್ರವಣ್ ನಾರಾಯಣ್ ಐತಾಳ್, ಛಾಯಾಗ್ರಾಹಕಿ ಮಾನಸ ಶರ್ಮ ಮತ್ತು ಗೆಳತಿ ಚೈತ್ರ ಇವರನ್ನು ಇಲ್ಲಿ ಪ್ರೀತಿಯಿಂದ ನೆನೆಯುತ್ತೇನೆ. ನನ್ನೆಲ್ಲ ಹುಚ್ಚಾಟಗಳನ್ನು ಸಹಿಸಿಕೊಂಡು, ಬತ್ತಿ ಹೋಗದ ಪ್ರೀತಿಯನ್ನು ಎರೆವ ಅಪ್ಪ, ಅಮ್ಮ, ತಂಗಿ, ಬಾಳ ಸಂಗಾತಿ ಮತ್ತು ಗಂಗಮ್ಮನಿಗೆ ಋಣಿ.

ಅಳುಕು ಆತಂಕ, ಒಂದು ಬಗೆಯ ದುಗುಡ ಮತ್ತು ತುಂಬಿದ ಸಂತೋಷಗಳಿಂದ ನನ್ನ ಮೊದಲ ಪುಸ್ತಕವನ್ನು ನಿಮ್ಮ ಕೈಗಿಡುತ್ತಿದ್ದೇನೆ.

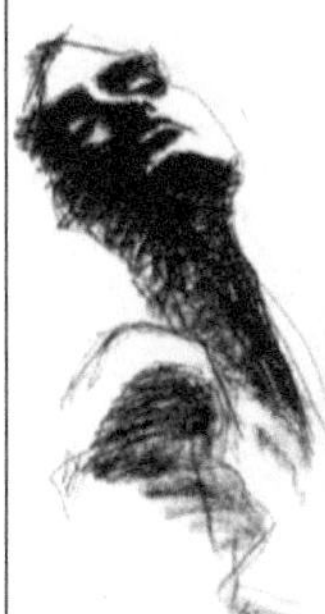

ಆಕರ್ಷ ರಮೇಶ್ ಕಮಲ

ಹೊಸ ಕವಿಯನ್ನು ಸ್ವಾಗತಿಸುವ ನೆಪದಲ್ಲಿ

ನಿಜ ಜೀವನದ ಕೊನೆಮೊದಲಿಲ್ಲದ ಜಂಜಾಟಗಳ ಗೋಜಲಿನಲ್ಲಿ ಸಿಲುಕಿದ ತೀರ ಸಾಮಾನ್ಯ ವ್ಯಕ್ತಿಯೊಬ್ಬ ಇದ್ದಕ್ಕಿದ್ದಂತೆ ತನಗಷ್ಟೇ ಪ್ರಾಪ್ತವಾಗುವ ದತ್ತ ಸಂವೇದನೆಗೆ, ಪರವಶತೆಗೆ ಹೇಗೆ ಒಳಗಾಗುತ್ತಾನೆ? ಆ ಭಾವೋನ್ಮಾದದ ಸಾರವನ್ನು ಬೇರೊಬ್ಬರಿಗೆ ಅರ್ಥವಾಗುವ ಮಾಧ್ಯಮದಲ್ಲಿ ಶಬ್ದ, ಸ್ಪರ್ಶ, ರೂಪ, ರಸ, ಗಂಧಗಳಿಗೆ ಗೋಚರಿಸುವಂತೆ ತೆರೆದಿಡುವ ಸಾಮರ್ಥ್ಯವನ್ನು ಪಡೆಯುವ ಬಗೆಯಾದರೂ ಯಾವುದು ಎಂಬ ಪ್ರಶ್ನೆಗಳು ಪುರಾತನವಾದುವು.

ಅತಿ ಸಾಮಾನ್ಯನೊಬ್ಬ ಅಸಾಮಾನ್ಯನಾಗಿ ರೂಪಾಂತರಗೊಳ್ಳುವ ಈ ಸೃಷ್ಟಿಕ್ರಿಯೆಯ ವಿಸ್ಮಯವು ನೂರಾರು ವರ್ಷಗಳಿಂದ ಕಾಡುತ್ತಲೇ ಬಂದಿದೆ. ಈ ಪ್ರತಿಭಾ ವಿಲಾಸವನ್ನು 'ಭೃಂಗದ ಬೆನ್ನೇರಿ' ಬಂದ ಕಲ್ಪನೆಗೆ ಕವಿಯೊಬ್ಬ ಹೋಲಿಸಿದರೆ, ಇನ್ನೊಬ್ಬ ಕವಿ 'ಸುಮಕೆ ಸೌರಭ ಬಂದ ಘಳಿಗೆ ಯಾವುದು ಹೇಳು?' ಎಂದು ಚಕಿತನಾಗಿ ಕೇಳುತ್ತಾನೆ. ಮೊದಲ ಕವಿಗೆ ಈ ವಿಸ್ಮಯ ಗಳಿಗೆ ಯಾವ ರೂಪ, ಶಬ್ದ, ಗಂಧ, ರಸಗಳಲ್ಲಿ ಬರುತ್ತದೆಂದು ಮಾಗಿದ ಅನುಭವ ಕಲಿಸಿದ್ದರಿಂದಲೇ ಆತ ವರಕವಿಯಾಗಿದ್ದಾನೆ. ಎರಡನೆಯ ಕವಿಗೆ ಆ

ಕುರಿತು ಕೊಂಚ ತುಂಟತನದ ಅನುಮಾನ ಕಾಡುತ್ತಿದೆ. ಇದ್ದರೂ, ಅದು ಬರುತ್ತಿರುವುದು ಅನುಭವ ಸಾಂದ್ರವಾಗಿ 'ನೆಲದ ಮರೆಯ ನಿಧಾನ'ದಂತೆ ಕುಳಿತಿದೆ ಎಂದು ಗೊತ್ತು. ಆತನದು ಬಗೆದು ನೋಡುವ, ಸಂದೇಹದ ನವ್ಯ ವಿಧಾನವಷ್ಟೇ. ಮೇಲಿನಿಬ್ಬರು ಕವಿಗಳಿಗಿಂತ ಭಿನ್ನವಾಗಿ, ಆದರೆ ಅವರು ಹೇಳಿರುವುದನ್ನೆಲ್ಲ ಸಾಂದ್ರವಾಗಿ ಬೇರೊಂದು ರೀತಿಯಲ್ಲಿ ಅರುಹಿದ ಕವಿಯೂ ಇದ್ದಾರೆ. ಸಂವೇದನೆಯ ಗಳಿಗೆ ಮತ್ತು ಪರಿಣಾಮವನ್ನು ಅವರು ಹೇಳುವುದು ಹೀಗೆ:

ಬಂತು ಬಂತೆಲೆ ಬಂತು ಬಂತು ಘನಸಿರಿ ಬಂತು
ಬಂತೆಂದರೂ ಇದ್ದುದಿದ್ದೇ ಇತ್ತು
ಬಂತು ಬೆಳಗೆಂಬಂತೆ ಬಂತು ಹೊಳೆ ಬಂದಂತೆ
ಇದ್ದದ್ದೆ ತುಂಬಿ ತುಳುತುಳುಕುತ್ತಿತ್ತು

ಬೇಂದ್ರೆ, ರಾಮಚಂದ್ರ ಶರ್ಮ ಮತ್ತು ಮಧುರ ಚೆನ್ನ ಹಲಸಂಗಿಯವರನ್ನು ಸ್ವಲ್ಪ ಪಕ್ಕಕ್ಕಿಟ್ಟು ನಾನು ಅಪಾರವಾಗಿ ಮೆಚ್ಚುವ ಫ್ರೆಂಚ್ ಕವಿ, ತತ್ತ್ವಜ್ಞಾನಿ ಮತ್ತು ಸಾಹಿತ್ಯ ಮೀಮಾಂಸಕ ಪಾಲ್ ವಲೇರಿ ಈ ಪ್ರಕ್ರಿಯೆಯ ಕುರಿತು ಹೇಳಿರುವ ಮಾತುಗಳ ಕಡೆಗೆ ಹೊರಳುತ್ತೇನೆ. ನಮ್ಮೊಳಗೆ ಕಾವ್ಯ ರಚನೆಯನ್ನು ಸಾಧ್ಯವಾಗಿಸುವ, ಆಕಸ್ಮಿಕ ಆಘಾತವನ್ನುಂಟುಮಾಡುವ ಅನನ್ಯ ವಸ್ತು ಯಾವುದು ಎಂದು ಕೇಳಿಕೊಳ್ಳುವ ವಲೇರಿ, ಕಾವ್ಯವು ಭಾಷೆಯಲ್ಲಿ ರೂಪುಗೊಳ್ಳುವ ಕಲಾಕೃತಿಯಾಗಿದೆ ಎನ್ನುತ್ತಾನೆ. ಒಬ್ಬ ನಿರ್ದಿಷ್ಟ ಸಂವೇದನಾಶೀಲ ವ್ಯಕ್ತಿ ಉಂಟುಮಾಡುವ ಶಬ್ದಗಳ ಸಂಯೋಜನೆಯು, ಉಳಿದವರು ಸೃಷ್ಟಿಸಲಾರದ ಭಾವನೆಗಳನ್ನು ಹುಟ್ಟು ಹಾಕುತ್ತದೆ. ಅದೇ 'ಕಾವ್ಯಾತ್ಮಕತೆ' ಎನ್ನುತ್ತಾನೆ.

ಸಾಮಾನ್ಯ ಜಗತ್ತಿನ ವಸ್ತು, ಅಂತರಂಗ-ಬಹಿರಂಗದ ಸಂಗತಿ, ಜೀವಿಗಳು, ಭಾವನೆ, ಕ್ರಿಯೆಗಳು, ತಮ್ಮ ನಿಜಸ್ಥಿತಿಯನ್ನು ಉಳಿಸಿಕೊಂಡೇ, ನಮ್ಮ ಸಾಮಾನ್ಯ ಭಾವನೆಯೊಂದಿಗೆ ಅದ್ಭುತವಾದ ಸಂಬಂಧವೊಂದನ್ನು ವಿವರಿಸಲಾಗದಷ್ಟು ಕ್ಷಿಪ್ರವಾಗಿ ಬೆಸೆದುಬಿಡುತ್ತವೆ. ಅಂದರೆ, ಈ ಚಿರಪರಿಚಿತ ವಸ್ತು, ಜೀವಿಗಳು ಅದೆಂತೋ, ಅವುಗಳ ಮೌಲ್ಯವನ್ನು ಬದಲಿಸಿಬಿಡುತ್ತವೆ. ಒಂದನ್ನೊಂದು ಆಕರ್ಷಿಸುತ್ತ ಸಾಮಾನ್ಯ ಸ್ಥಿತಿಗಿಂತ ಭಿನ್ನವಾಗಿರುವ ಇವು ನಾದತುಂಬಿ, ಭಾವ

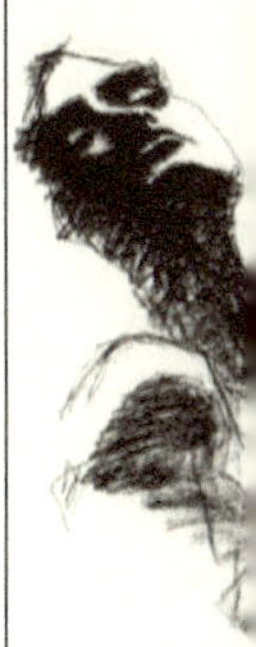

ತುಂಬಿ ಸಾವಯವ ಬೆಸುಗೆ ಸಾಧಿಸುತ್ತವೆ. ಇಂತಹ ಕಾವ್ಯ ಜಗತ್ತು ವಿಸ್ತೃತ ಕನಸಿನ ಲೋಕವೊಂದನ್ನು ಸಾದೃಶ್ಯಗೊಳಿಸುತ್ತದೆ.

ಆದರೆ ಇದೊಂದು ಸಾತತ್ಯವಿಲ್ಲದ, ಕ್ಷಣಭಂಗುರ ಸ್ಥಿತಿ. ನಾವದನ್ನು ಇದ್ದಕ್ಕಿದ್ದಂತೆ ಪಡೆದುಕೊಂಡಂತೆಯೇ ಕಳೆದುಕೊಂಡು ಸಾಮಾನ್ಯ ಮನುಷ್ಯರಾಗಿಬಿಡುತ್ತೇವೆ. ಸಂವೇದನಾಶೀಲನೊಬ್ಬ ಮತ್ತೆಮತ್ತೆ ಇಂಥ ಸ್ಥಿತಿಯನ್ನು ಸಾಧಿಸಲು; ನೆಲದ ಮರೆಯ ನಿಧಾನದಂತಿರುವ ಆ ನಿಧಿಯನ್ನು ಹುಡುಕಲು ಹೊಲದಲ್ಲಿ ಹೊಳೆವ ತೆನೆಗಳು, ಮಳೆಯಿಲ್ಲದೆ ಬಿರುಕು ಬಿಟ್ಟು ನಿಂತ ನೆಲ, ಮೃಷ್ಟಾನ್ನದ ರುಚಿ ಮತ್ತು ಹಸಿವಿನ ಚುರುಕು, ನೀರಿನ ದಾಹ, ನರಕದ ಕೂಪಗಳಂತಿರುವ ಕೊಳಗೇರಿಗಳು, ಪ್ರಖರವಾಗಿ ಸುಡುವ ಸೂರ್ಯನ ಬಿಸಿಲು ಸೃಷ್ಟಿಸುವ ಮರೀಚಿಕೆ ಮತ್ತು ಕಾಮನಬಿಲ್ಲುಗಳನ್ನು ಕಾಣುವ ಮನಸ್ಥಿತಿಯನ್ನು ಪಡೆದವನಾಗಿರಬೇಕಾಗಿರುತ್ತದೆ. ಪರವಶನಾಗಿ ಕನಸಿನ ಬೆನ್ನು ಹತ್ತಲು ಸಿದ್ಧನಾಗಿರಬೇಕಾಗುತ್ತದೆ. ಕವಿಯ ಕೆಲಸ ಕಾವ್ಯಾತ್ಮಕ ಸ್ಥಿತಿಯ ಅನುಭವ ಪಡೆಯುವುದಲ್ಲ. ಅದು ಆತನ ಖಾಸಗಿ ಸಂಗತಿ. ತಾನುಂಡ ಅನುಭವವನ್ನು ಭಾಷೆಯ ಮೂಲಕ ಇನ್ನೊಬ್ಬರಲ್ಲಿ ಸೃಷ್ಟಿಸಲು ಯಶಸ್ವಿಯಾದಾಗಲೇ ಆತ ನಿಜವಾದ ಅರ್ಥದಲ್ಲಿ ಕವಿಯಾಗುವುದು. ಕವಿ ಈ ಶಬ್ದಲೋಕದಲ್ಲಿ ಬಂದಿಯಾಗಿದ್ದಾನೆ. ಆತ ಶಬ್ದ ಮತ್ತು ಗ್ರಹಿಕೆಗಳನ್ನು ಒಟ್ಟಿಗೆ ಹಿಡಿದಿಡಬೇಕು. ಸಮರಸ ಸಾಧಿಸಿದಾಗಲೇ ಅರ್ಥಸಾರ್ಥಕತೆ. ಕವಿಯ ಈ ಸಂಕಷ್ಟವನ್ನು ವಲೇರಿ 'ನಡಿಗೆ ಮತ್ತು ನಾಟ್ಯ'ಕ್ಕೆ ಹೋಲಿಸುತ್ತಾನೆ. ನಡಿಗೆ ಗದ್ಯದಂತಿದ್ದು, ನಿಶ್ಚಿತ ಗುರಿಯನ್ನು ಹೊಂದಿದೆ.

ನಾಟ್ಯದ ಮಾತೇ ಬೇರೆ. ನಾಟ್ಯದ ಪ್ರತಿಯೊಂದು ಕ್ರಿಯೆಗಳಿಗೆ ನಿಯಮವಿದೆ. ವಸ್ತುವನ್ನು ಶೂನ್ಯದಿಂದ ಗ್ರಹಿಸುವ ಕಲಾವಿದ ಅದರೆಲ್ಲ ಸೊಬಗಿನೊಂದಿಗೆ ಅದನ್ನು ಅಲ್ಲಿಯೇ ಪ್ರಸ್ತುತಪಡಿಸುತ್ತಾನೆ. ಒಂದು ನಿಯಮಿತ ಚಲನೆ, ನಿಯಂತ್ರಿತ ನಾದಗಳ ಮೂಲಕ ಒಂದು ನಿಶ್ಚಿತ ಸ್ಥಿತಿಯನ್ನು ಸೃಷ್ಟಿಸಿ, ನಿರ್ವಹಿಸುತ್ತ ಅಲ್ಲಿಯೇ ಎಲ್ಲವನ್ನೂ ಪ್ರದರ್ಶಿಸುತ್ತಾನೆ. ನಡಿಗೆಯಿಂದ ನಾಟ್ಯವು ಎಷ್ಟೇ ಭಿನ್ನವಾಗಿದ್ದರೂ ಅದೇ ಅಂಗ, ಅದೇ ರಚನೆಗಳನ್ನು ಬಳಸುತ್ತಿದೆ. ಆದರೆ, ವಿಭಿನ್ನ ರೀತಿಯಲ್ಲಿ ಸಂಯೋಜಿಸುವ ಮೂಲಕ ವಿಶಿಷ್ಟ ಅನುಭವವನ್ನು ಸೃಷ್ಟಿಸುತ್ತದೆ.

ಕವಿ ಮತ್ತೆ ಮತ್ತೆ ಇಂಥ ಅನುಭವಗಳನ್ನು ಭಾಷೆಯ ಕಲಾಕೃತಿಯಲ್ಲಿ ಸೃಷ್ಟಿಸಲು ತ್ರಿಕಾಲಗಳಲ್ಲಿ ಸಂಚಾರಿಯಾಗಿರಬೇಕಿದೆ. ಹಳೆಯ ರೂಪಕಗಳನ್ನು ಹೆಕ್ಕಿ ತೆಗೆಯುವ, ಕಣ್ಣೆದುರು ಕಾಣುತ್ತಿರುವ ಪ್ರತಿಮೆಗಳನ್ನು ಸೋಸಿ ಶುದ್ಧಗೊಳಿಸುವ, ಮುಂದಿನದನ್ನು ಈಗಲೇ ಕಾಣುವ ಒಳಗಣ್ಣನ್ನು ಜತನದಿಂದ ಕಾಪಿಡಬೇಕಿದೆ. ಆತ ನೀರಿನಂತೆ ಆರ್ದ್ರವಾಗಿದ್ದರೆ, ಉಪ್ಪು, ಜೇನು, ಬೇವಿನ ರಸಗಳೆಲ್ಲವೂ ಕರಗಿ ನೀರಿಗೆ ಹೊಸರುಚಿ ಬರುವಂತೆ ಮಾಡಬಲ್ಲ.

ಕವಿ ಭೌತಿಕ ಅನುಭವಗಳನ್ನೇನೋ ನೇರವಾಗಿ ಪಡೆಯಬಲ್ಲ. ಅದಷ್ಟೇ ಸಾಕಾಗದು. ಬೌದ್ಧಿಕ ಅನುಭವ ಅಗತ್ಯ ಮತ್ತು ಅನಿವಾರ್ಯ. ಇಂಥ ಅನುಭವಗಳನ್ನು ವಿವಿಧ ಭಾಷೆಗಳು ಹಿಡಿದಿಡುತ್ತ ಬಂದು ಅದೆಷ್ಟು ಯುಗಗಳಾಗಿವೆಯೋ! ಕವಿ ಮಾಡಬೇಕಿರುವುದೆಂದರೆ, ಬೌದ್ಧಿಕ ಅನುಭವವನ್ನು ಸಾಕಾರಗೊಳಿಸಿಕೊಳ್ಳಲು ಅದರತ್ತ ನಡಿಗೆ ಬೆಳೆಸಬೇಕಿರುವುದು. ಸರಳವಾಗಿ ಹೇಳುವುದಾದರೆ, ಕವಿ ದತ್ತವಾಗಿ ಪಡೆದ ಭಾಷೆಯ ಪರಂಪರೆಯನ್ನು ಒಲಿಸಿಕೊಳ್ಳಬೇಕು, ಅರಿತುಕೊಳ್ಳಬೇಕು. ಅಲ್ಲಿ ಅಡಗಿರುವ ಲಯ, ನಾದ, ಯುಗಧರ್ಮ ಮತ್ತು ಶಬ್ದ ಸೃಷ್ಟಿಸುತ್ತಿರುವ ಅರ್ಥಗಳನ್ನು ತನ್ನ ಕಾಲಮಾನದ ನಿಕಷಕ್ಕೊಡ್ಡಿ ತಿಳಿಯಲು ಯತ್ನಿಸಬೇಕು.

ಇನ್ನೂ ಸರಳವಾಗಿ, ಆಧುನಿಕ ಕನ್ನಡ ಭಾಷೆಗೆ ಸೀಮಿತಗೊಳಿಸಿ ಹೇಳುವುದಾದರೆ, ವಚನಗಳು, ಬೇಂದ್ರೆ, ಕುವೆಂಪು, ಎಕ್ಕುಂಡಿ, ಕೆಎಸ್‌ನ, ಪುತಿನ, ಗಂಗಾಧರ ಚಿತ್ತಾಲ, ಅಡಿಗ, ಶಿವಪ್ರಕಾಶ, ತಿರುಮಲೇಶ, ಇಲ್ಲಿ ಹೆಸರಿಸದ ಇಂಥ ಅನೇಕ ಕವಿಗಳು ಸವೆಸಿದ ಜಾಡನ್ನು ಅಭ್ಯಸಿಸಬೇಕು. ಒತ್ತು ಕೊಟ್ಟು ಹೇಳುವುದಾದರೆ, ತಮ್ಮ ಆಳವಿಸ್ತಾರಗಳ ಅಧ್ಯಯನ ಮತ್ತು ಸತತ ಪರಿಶ್ರಮದಿಂದ ಕೆ.ವಿ. ತಿರುಮಲೇಶ ಮತ್ತು ಎಚ್.ಎಸ್. ಶಿವಪ್ರಕಾಶರು ರೂಪಿಸಿಕೊಂಡ ಕಾವ್ಯಪ್ರಯೋಗಶೀಲತೆಗಳು ಹೊಸ ತಲೆಮಾರಿನ ಕವಿಗಳಿಗೆ ಉಪಯುಕ್ತ ಪಾಠಗಳನ್ನು ಹೇಳಿಕೊಡಬಲ್ಲವು. ಹೊಸ ಕವಿಯೊಬ್ಬ ಕೈಗೊಳ್ಳಬಹುದಾದ ಪಯಣದ ಹಾದಿಗೆ ದಿಕ್ಕನ್ನು ಸೂಚಿಸಬಲ್ಲವು.

*

ಮಗುವಾಗಿದ್ದಾಗಿನಿಂದ ನಾನು ಬಲ್ಲ ಆಕರ್ಷ ಇದೀಗ ಅಂಥ ಹೊಸ ಹಾದಿಯ ಪಯಣದ ಮೊದಲ ಹೆಜ್ಜೆಯನ್ನಿಡುತ್ತಿರುವ ಕವಿಯಾಗಿದ್ದಾನೆ. ಆತನ ಅಂಬೆಗಾಲು, ಮೊದಲ ನಡಿಗೆ, ಓಟಗಳನ್ನು;

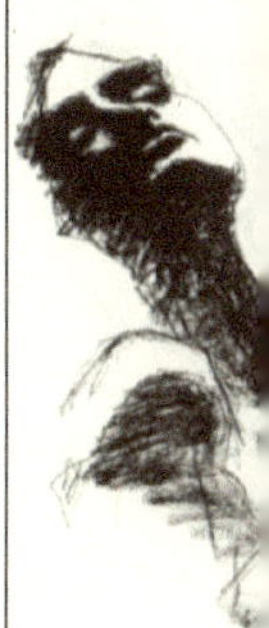

ತೊದಲು ನುಡಿ, ಮೊದಲು ಬಾಯಿಪಾಠ ಮಾಡಿದ ಪದ್ಯ, ಬರೆದ ಮೊದಲ ಕವಿತೆ, ವಾದವಾಗ್ವಾದಗಳನ್ನು ನಾನು ಅಕ್ಷರಶಃ ಬಲ್ಲೆ. ಹೀಗಾಗಿಯೇ, ಆತನನ್ನು ಹೊಸ ಕವಿಯೆಂದು ಮಾತ್ರ ಸ್ವೀಕರಿಸಿ ಮೇಲಿನ ಸುದೀರ್ಘ ಮಾತುಗಳನ್ನು ಬರೆಯಬೇಕಾಯಿತು. ಈ ಮಾತುಗಳು ಇಂದಿನ ತಲೆಮಾರಿನ ಎಲ್ಲ ಕವಿಗಳಿಗೆ.

ಅಪಾರ ಭರವಸೆ ಹುಟ್ಟಿಸುವ ಆತನ ಸಮಕಾಲೀನ ಕೆಲವು ಕವಿಗಳಂತೆ ಆಕರ್ಷನ ಕವಿತೆಗಳು ಕೂಡ ತಾವು ಸೂಸುವ ಭಿನ್ನ ರುಚಿಯಿಂದಾಗಿ ಪ್ರತ್ಯೇಕವಾಗಿ ನಿಲ್ಲುತ್ತವೆ. ಗ್ರಾಮೀಣ ಹಿನ್ನೆಲೆಯುಳ್ಳ ನಗರವಾಸಿ ತಂದೆತಾಯಿಗಳನ್ನು ಪಡೆದ, ನಗರದಲ್ಲಿಯೇ ಹುಟ್ಟಿ, ದೊಡ್ಡವರಾದ ತಲೆಮಾರಿಗೆ ಸೇರಿದ ಈ ಕವಿ ತನ್ನ ಕವಿತೆಗಳಲ್ಲಿ ಅಂಥ ಸಂವೇದನೆಗಳನ್ನೇ ನಿರ್ಮಿಸಲು ಪ್ರಯತ್ನಿಸುತ್ತಿದ್ದಾನೆ. ಕನ್ನಡ ಸಾಹಿತ್ಯದಲ್ಲಿ ನಗರ ಸಂವೇದನೆಗಳಿಲ್ಲ ಎಂದು ಅಳ್ಳಕವಾದ, ಅರೆಪಕ್ವ ಮಾತನ್ನು ನಾವು ಆಗೀಗ ಕೇಳುತ್ತಿರುತ್ತೇವೆ. ಅಂಥವರು ಆಕರ್ಷ ಮತ್ತು ಆತನ ಸಮಕಾಲೀನ ಕವಿಗಳು, ಗದ್ಯಲೇಖಕರು ಬರೆದುದನ್ನು ಓದುತ್ತಿಲ್ಲವೆಂಬುದು ಸ್ಪಷ್ಟವಿದೆ.

ಈ ತಲೆಮಾರಿನ ಅನುಭವದ ಇನ್ನೊಂದು ವಿಶಿಷ್ಟ ಅಂಶವೆಂದರೆ, ಇವರೆಲ್ಲ ಶಿಕ್ಷಣದಲ್ಲಿ ಮಾನವಿಕ ವಿಷಯಗಳನ್ನು ಆಯ್ದುಕೊಳ್ಳದೆ ವೃತ್ತಿಪರ ವಿಷಯಗಳಲ್ಲಿ ಪರಿಣಿತರಾಗಿ, ವೃತ್ತಿಯ ನಿಮಿತ್ತ ನಮ್ಮ ಸಮಾಜಕ್ಕೆ ತೀರ ಭಿನ್ನವಾದ ವೃತ್ತಿಪರಿಸರ, ದೇಶವಿದೇಶಗಳಲ್ಲಿ ಉದ್ಯೋಗ ಮಾಡುವ ಅವಕಾಶವನ್ನು ಪಡೆದಿರುವುದು. ಮತ್ತು ಅಂಥ ಸಂವೇದನೆಗಳನ್ನು ಭಾಷೆಯ ಮೂಲಕ ಅಭಿವ್ಯಕ್ತಿಸುತ್ತಿರುವುದು. ಆದಾಗ್ಯೂ, ವಿಶಿಷ್ಟ ಹಿನ್ನೆಲೆಯ ಕಾರಣವಾಗಿಯೇ ಇಂಥವರನ್ನು ಸಾಹಿತ್ಯದಲ್ಲಿ ವಿನಾಕಾರಣ ಮೆರೆಸುತ್ತಿರುವುದನ್ನೂ ನಾವು ಕಾಣುತ್ತಿದ್ದೇವೆ. ಇಲ್ಲಿ ಅಭಿವ್ಯಕ್ತಿಗಿಂತ ಅಬ್ಬರವೇ ಹೆಚ್ಚಾಗಿದೆ ಅನ್ನಿಸುವಂತಿದೆ. ಅದೇನೇ ಇರಲಿ, ಸ್ವಭಾವತಃ ಸಂಕೋಚದವನಾದ ಮತ್ತು ಆರ್ದ್ರ ಯುವಕನಾದ ಆಕರ್ಷನ ವಿನಯವಂತಿಕೆಯು ಆತನ ಕವಿತೆಗಳಲ್ಲೂ ಪ್ರತಿಫಲನಗೊಳ್ಳುತ್ತಿದೆ. ಈ ಗುಣವೇ ಆತ ವಿಶಿಷ್ಟ ಹಿನ್ನೆಲೆಯ ವ್ಯಕ್ತಿಯಾಗಿಯೂ ಪ್ರತ್ಯೇಕವಾಗಿ ಕಾಣುವಂತೆ ಮಾಡಿದೆ.

ಆತನ ಬರವಣಿಗೆಯ ಆರಂಭಕಾಲದಿಂದಲೂ ಆಕರ್ಷನ ಬಹುಪಾಲು ಕವಿತೆಗಳನ್ನು ಓದಿರುವ ನಾನು ಆತನಲ್ಲಿ ತಟ್ಟನೆ ಗಮನಿಸಿದ ಅಂಶವೆಂದರೆ, ನಗರಪ್ರಜ್ಞೆಯನ್ನು ವಿಶಿಷ್ಟವಾಗಿ

ಕಟ್ಟಿಕೊಡಲು ನಡೆಸಿರುವ ಸೃಜನಶೀಲ ಹುಡುಕಾಟ. ಹಾಗೆ ಮಾಡುವಾಗ ಈಗಾಗಲೇ ಅಭಿವ್ಯಕ್ತಿಗೊಂಡ ರೂಪಕಗಳನ್ನು ಬಿಟ್ಟು ತನ್ನದೇ ಪ್ರತಿಮಾಲೋಕ ಸೃಷ್ಟಿಸಲು ಆತ ಬಳಸುತ್ತಿರುವ ವಿಧಾನಗಳು ಕೂಡ ನನಗೆ ಮೆಚ್ಚುಗೆಯಾಗಿವೆ.

'ಮರುಭೂಮಿಯಲ್ಲಿ ಕಳೆದು ಹೋಗಿದ್ದ
ನಗರವನ್ನು ಕಂಡುಹಿಡಿದಿದ್ದಾರೆ'
ಸುದ್ದಿಪತ್ರಿಕೆ ನೋಡುತ್ತಿದ್ದ ಅಪ್ಪ ಹೇಳಿದ.
ಆ ಕೊನೆಯ ರಾತ್ರಿ
ನಗರದ ಗೋಡೆಗಳ ಒಳಗೆ
ಒಂಟಿಯಾಗಿ ಅಲೆದು
ಮುಂಜಾವಿನಲ್ಲಿ ನಗರವನ್ನು
ಸಮಾಧಿಯಾಗಿ ಮಾಡಿ ಹೊರನಡೆದ
ಆ ಕೊನೆಯ ಮನುಷ್ಯನನ್ನು ನೆನೆದೆ

ಆದರೆ ನಾನು ಅವನನ್ನೂ ನೆನೆಯಬೇಕಿತ್ತು
ಇಲ್ಲಿ ನೆಲೆಸಿದ ಮೊದಲನೇ ದಿನವೇ
ಮುಂಜಾವಿನಲ್ಲಿ ಮರುಭೂಮಿಯನ್ನು
ನಗರವಾಗಿಸಬೇಕೆಂಬ ಕನಸು
ಹೊತ್ತು ನನಸಾಗಿಸಿದ ಆ ಅವನನ್ನು
ಕೂಡ ನಾನು ನೆನೆಯಬೇಕಿತ್ತು

ಈ ಕವಿತೆಯ ಅಮೂರ್ತತೆ ಮತ್ತು ಅಸಂಗತತೆ ಬೆರಗು ಮೂಡಿಸುವಂತಿದೆ. ಕವಿತೆಯ ಕೊನೆಯ ಸಾಲುಗಳು ಸೃಷ್ಟಿಸುತ್ತಿರುವ ಹೊಸ ಅರ್ಥ, ಅದರೊಂದಿಗೆ ಬೆರೆತ ತೀವ್ರ ವಿಷಾದ ಅತ್ಯಂತ ಪರಿಣಾಮಕಾರಿಯಾಗಿ ಮೂಡಿಬಂದಿದೆ.

ನನ್ನ ನಿದ್ರೆಯಲ್ಲಿ, ಯಾವುದೋ ನಕ್ಷೆಯಲ್ಲಿ,
ಯಾರಿಗೂ ಗೊತ್ತಿರದ ನಗರಗಳನ್ನು ಹುಡುಕುತ್ತೇನೆ.

ಎನ್ನುವ ಕವಿತೆ ಸೃಷ್ಟಿಸುತ್ತಿರುವ ವಿಸ್ಮಯ, ವಿಸಂಗತತೆಗಳು ಅಪರೂಪದ್ದವು.

ಗಾಜಾಗಿರುವುದು, ಕನ್ನಡಿ, ಕವಿತೆಗಳ ರೂಪಕ, ಅವನನ್ನು ಕಂಡುಕೊಳ್ಳುವ ಸ್ವಾತಂತ್ರ್ಯ ಎನ್ನುವ ಗಪದ್ಯದಲ್ಲಿ ಕಿಕ್ಕಿರಿದ ಪ್ರತಿಮೆಗಳು,

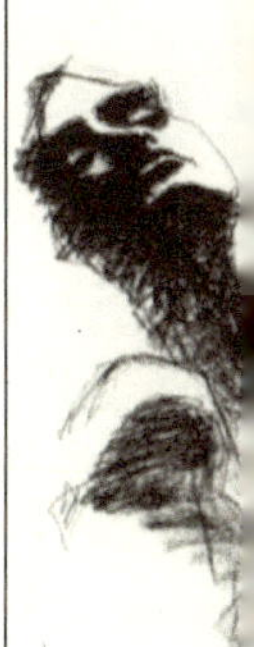

ಮುದುಕಿಯ ಸಾರ್ಥಕತೆಯನ್ನು ಹುಡುಕುವ ಕವಿತೆಗಳು ಕಟ್ಟಿಕೊಡುವ ಅನುಭವ ಮತ್ತು ಅರ್ಥಲೋಕ ಕನ್ನಡಕ್ಕೆ ಬರುತ್ತಿರುವ ಹೊಸ ಸಂವೇದನೆಗಳು.

ಪ್ರತಿ ಕವಿತೆಯನ್ನೂ ಒಡೆದು ಅವುಗಳ ಅರ್ಥವಂತಿಕೆಯನ್ನು ಓದುಗರಿಗೆ ಹೇಳುವುದು ಇಲ್ಲಿನ ಉದ್ದೇಶವಲ್ಲ. ಅದೇನಿದ್ದರೂ ಪ್ರತಿ ಓದುಗನ ಮನಸ್ಸಿನಲ್ಲಿ ನಡೆಯಬೇಕಿರುವ ಕೆಲಸ. ಹೊಸ ತಲೆಮಾರಿನ, ನಗರವನ್ನೇ ಬದುಕಾಗಿಸಿಕೊಂಡ ಕವಿಯೊಬ್ಬನ ಮೂರ್ತಾಮೂರ್ತ ವಸ್ತುಲೋಕ ಸೃಷ್ಟಿಸುತ್ತಿರುವ ಕವಿತೆಗಳ ಕಡೆಗೆ ಗಮನ ಸೆಳೆಯುವುದಷ್ಟೇ ನನ್ನ ಉದ್ದೇಶ.

ನಗರಗಳ ಅನೂಹ್ಯತೆ, ಅವು ಸೃಷ್ಟಿಸುವ ತಲ್ಲಣ ಮತ್ತು ಉಂಟುಮಾಡುವ ಪಲ್ಲಟ, ಅದರೊಳಗೆ ಹೂತಿರುವ ಆದರೆ ಚದುರಿ ಚೆಲ್ಲಾಪಿಲ್ಲಿಯಾಗಿರುವ ಲೋಕ, ನಗರದ ಅಸ್ತವ್ಯಸ್ತತೆಗಳು, ಇವುಗಳ ನಡುವೆಯೇ ಇರಬಹುದಾದ ಅರ್ಥವನ್ನು ಹೊರ ತೆಗೆಯುವ ಸೃಜನಶೀಲ ಹುಡುಕಾಟ ಈ ಕವಿತೆಗಳ ಮೂಲದ್ರವ್ಯವಾಗಿದೆ. ಆ ನಿಟ್ಟಿನಲ್ಲಿ ಆಕರ್ಷ ತನ್ನ ಅವಕಾಶ, ವ್ಯಾಪ್ತಿ ಮತ್ತು ಇಳಿದಾಣಗಳನ್ನು ಈಗಾಗಲೇ ಗುರುತಿಸಿಕೊಂಡಂತೆ ಕಾಣುತ್ತಿದ್ದಾನೆ. ತನ್ನ ಅಭಿವ್ಯಕ್ತಿಗೆ ಬೇಕಾದ ನುಡಿಗಟ್ಟು, ರೂಪಕ, ಪ್ರತಿಮಾಲೋಕಗಳನ್ನು ಅನುಭವ ಮತ್ತು ಭಾಷೆಗಳ ಟಂಕಸಾಲೆಯಲ್ಲಿ ನಿರ್ಮಿಸಿಕೊಳ್ಳುತ್ತಿದ್ದಾನೆ. ಕವಿಯಾಗಲು ಒಬ್ಬನಿಗೆ ಇದಕ್ಕಿಂತ ಹೆಚ್ಚಿನ ಪರಿಕರಗಳು ಇನ್ನೇನು ಬೇಕು? ಇಂಥದ್ದೇ ಹೊಸ ಲೋಕವನ್ನು ಕಂಡುಕೊಳ್ಳುವ ಪ್ರಯತ್ನದಲ್ಲಿ ಇತ್ತೀಚೆಗಷ್ಟೇ ತಮ್ಮ ಮೊದಲ ಸಂಕಲನಗಳನ್ನು ಪ್ರಕಟಿಸಿಕೊಂಡ ಭುವನ ಹಿರೇಮಠ ಮತ್ತು ವಿನ್ಸೆಂಟ್ ಕಟೀಲ್ ನೆನಪಾಗುತ್ತಿದ್ದಾರೆ.

ಹೊಸ ಲೇಖಕನೊಬ್ಬನನ್ನು ಸಾಹಿತ್ಯಲೋಕಕ್ಕೆ ಸ್ವಾಗತ ಕೋರುವ ಕೆಲಸಕ್ಕಿಂತ ಹರ್ಷದಾಯಕವಾದ ಕೆಲಸ ಬೇರೊಂದು ಇರಲು ಸಾಧ್ಯವಿಲ್ಲ. ಆಕರ್ಷನೂ ತನ್ನ ಮೊದಲ ಸಂಕಲನ ಪ್ರಕಟಿಸುವ ಮೂಲಕ ಪ್ರವೇಶ ಮಾತ್ರವಿರುವ ಆದರೆ ನಿರ್ಗಮನದ ದಾರಿಗಳಿಲ್ಲದ ಅಂಥ ಅನೂಹ್ಯಲೋಕಕ್ಕೆ ಕಾಲಿಡುತ್ತಿದ್ದಾನೆ. ಆತನಿಗೆ ಸ್ವಾಗತ.

ಕೇಶವ ಮಳಗಿ

1

ನನ್ನ ನಿದ್ರೆಯಲ್ಲಿ,
ಯಾವುದೋ ನಕ್ಷೆಯಲ್ಲಿ,
ಯಾರಿಗೂ ಗೊತ್ತಿರದ ನಗರಗಳನ್ನು ಹುಡುಕುತ್ತೇನೆ.
ಎಲ್ಲಿಂದ ಬಂದಿದ್ದೇನೆ ಎಂದು ನೀವು ಕೇಳಿದರೆ
ಹೇಗೆ ವಿವರಿಸಬಲ್ಲೆ?
ನಗರವೇ ನಗರಗಳಿಂದ ಬೇರೆಯಾಗುತ್ತಿರುವಾಗ
ಹೇಗೆ ತಾನೇ ವಿವರಿಸಬಲ್ಲೆ?
ಎಲ್ಲಿಂದಲೋ ವಲಸೆ ಬಂದ ಮಗುವನ್ನು
ಯಾವ ಹಾದಿ, ಯಾವ ಬೀದಿ, ಯಾವ ಗಾಳಿ
ಇಲ್ಲಿಗೆ ನೂಕಿತು ಎನ್ನುವುದನ್ನು
ಯಾವ ನಕ್ಷೆಯಲ್ಲಿ ಹುಡುಕುತ್ತೀರಿ?
ಅವನ ಮುಗ್ಧತೆಯನ್ನು, ಬಾಲ್ಯವನ್ನು
ಕೊಲ್ಲುತ್ತಿರುವ ಈ ನಗರದ ಮೌನವನ್ನು
ಎಲ್ಲಿ ಮಾರ್ಕ್ ಮಾಡುತ್ತೀರಿ?

ನಿದ್ದೆಯಲ್ಲಿ ನೋಡುವ ನಗರದ ವಿವರಗಳನ್ನು
ನಿಮಗೆ ಹೇಳಬಯಸುವುದಿಲ್ಲ
ಬದಲಾಗಿ ಗಾಳಿ ಬೆಳಕಿನಂಥ ಸಾಮಾನ್ಯ ಸಂಗತಿಯನ್ನು,
ಸೂರ್ಯನನ್ನು, ಕತ್ತಲಿನ ಭಾಷೆಯನ್ನು
ನಿಮಗೆ ಪರಿಚಯಿಸುತ್ತೇನೆ.
ಇಂತಹ ನಗರಗಳನ್ನು ಹುಡುಕುತ್ತ
ಹುದುಗಿರುವ ಗೋರಿಗಳನ್ನು, ಹಸಿಹುಣ್ಣುಗಳನ್ನು
ನೋವಿನ ಸಿಗ್ನಲ್‌ಗಳನ್ನು ತುಂಬಿಕೊಂಡು
ಎಚ್ಚರಗೊಳ್ಳುತ್ತೇನೆ

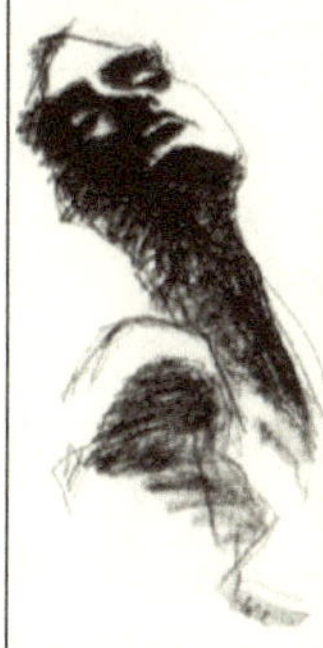

ನಿಮಗೆ ಸಿಗುವ ನಕ್ಷೆಗಳಲ್ಲಿ
ಈ ನನ್ನ ನಿದ್ದೆಯ ಸುಳಿವೇ ಇರುವುದಿಲ್ಲ.
ಆದರೆ ಈ ಬದುಕಿನ ಹಾಗೆ
ನೀವು ಕೆಲವೊಮ್ಮೆ ಏನನ್ನೂ ಕೇಳುವುದಿಲ್ಲ
ಅಥವಾ ಎಲ್ಲವನ್ನು ಕೇಳಿಬಿಡುತ್ತೀರಿ
ಒಂದೇ ಬಾರಿಗೆ.

2

ನೆತ್ತರ ಬಣ್ಣದ ದೀಪಗಳನ್ನೇ ಬೆಳಗಿಸುವ
ಕೋಣೆಯ ದಿವಾನಿನ ಮೇಲೆ ಮೈಚಾಚಿದ
ಕಂಬಳಿಯೊಂದು ಅನಂತತೆಯಲ್ಲಿ ಕಾಯುತ್ತಿದೆ.
ಇನ್ಯಾರೋ ನೇಕಾರನೊಬ್ಬ ಹೊತ್ತೊಯ್ದು
ಬಾಡಿದ ಹೂದಳಗಳ ಉದುರಿಸಿ
ಆಗಸದ ನೀಲಿ ಬಣ್ಣವ ತುಂಬಬಹುದು.

ಎದುರು ಚರಂಡಿಯಲ್ಲಿನ ನೀರು
ಆಗಾಗ್ಗೆ ಇಲ್ಲಿ ಮನುಷ್ಯನ ವಿಕೃತಿಗಳಾಗಿ
ಕೋಣೆಯ ಒಳಗೂ ಹೊರಗೂ ಹರಿದು
ಉಸಿರುಗಟ್ಟಿದ ಮುಗ್ಧ ಕನಸುಗಳಿಗೆ
ಗಂಧ ಪರಿಮಳವ ಪಸರಿಸಬಹುದು.

ಕಂಬಳಿಯ ದಾರಗಳೆಲ್ಲ ರಕ್ತಸಿಕ್ತ
ದಾರಿಗಳನ್ನೇ ನೇಯ್ದುಕೊಂಡಿವೆ.
ಹೆಣ್ಣೊಬ್ಬಳು ಚೀರಿದ್ದನ್ನು, ದಿಂಬಿಗೆ
ಕಣ್ಣೊರಗಿಸಿ ಅತ್ತಿದ್ದನ್ನು ಗುಟ್ಟಾಗಿಸಿವೆ.
ಎಳೆಬಿಟ್ಟ ಕಂಬಳಿಯ ಭಾವನೆಗಳನ್ನೇಕೆ
ನೇಕಾರ ಗಮನಿಸುತ್ತಿಲ್ಲ?

ಮೌನದ ಮೂಲೆಯಲ್ಲಿ ನಡುಗಿ,
ಮತ್ತೊಂದು ಕತ್ತಲೆಯ ಮೂಳೆಗಳ ಹೊದ್ದು,
ತಾಯಂದಿರ, ಪುಟ್ಟ ಹುಡುಗಿಯರ ಕತೆ ನುಂಗಿ
ಅಪರಿಚಿತರ ದೇಹಗಳ ತನ್ನದಾಗಿಸಿ,
ಮುಂಜಾವಿನ ಸೂರ್ಯನ ಬೆಳಕಲ್ಲಿ
ನೇಯ್ದ ಹೂಗಳೆಲ್ಲ ಹೊಳೆವ ಕೆಂಪು!

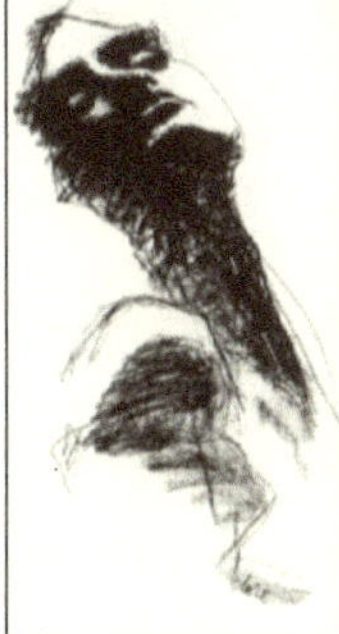

ಇಲ್ಲಿರುವ ಕಂಬಳಿಗಳಿಗೆ ನೆತ್ತರ ಕತೆಗಳೇ!
ಕವಿತೆಗಳು ಇನ್ನುಳಿದಿಲ್ಲ, ಬರಿ ಮೌನ,
ಗಾಯ, ಚೂರು ಚೂರಾದ ಕನಸು,
ಪ್ಯಾಕೆಟ್ ರಮ್ಮಿನ ವಾಸನೆ!

ಇಲ್ಲಿ ನೆತ್ತರು ನಿರಂತರವಾಗಿ
ತನ್ನ ಬಣ್ಣವ ತಾನೇ ಮರೆಮಾಚಿಕೊಳ್ಳುತ್ತದೆ
ಹೊಸ ಕತೆಗಳ ನೇಯ್ದು ನೇಯ್ದು
ಹೊರಜಗತ್ತಿಗೆ ಗೋಡೆಗಳ ಕಟ್ಟಿ
ಮತ್ತೊಂದು ಮನೆಯ ದಿವಾನಿಗಾಗಿ
ಬಹುಶಃ ಕಾಯುತ್ತಲೇ ಇರುತ್ತದೆ
ಯಾವ ನೇಕಾರನೂ ಇನ್ನೂ ಬಂದಿಲ್ಲ!

3

1

ಮುಂದೊಮ್ಮೆ ಆರಾಮ ಕುರ್ಚಿಯಲ್ಲಿ
ಕುಳಿತ ಅಜ್ಜಿಯಾಗುತ್ತೇನೆ
ಕಾಲನ ಧೂಳಿಗೆ ಹೊಂದುವ ಕೂದಲ ಬಣ್ಣ
ಕ್ಯಾಟರ್ಯಾಕ್ಟ್‌ನಂತಹ ನೆನಪು.
ಮದುವೆ, ಮುಂಜಿ, ನಾಮಕರಣಗಳಿಗೆ
ತೆರೆದುಕೊಂಡಿದ್ದ ಮನಸ್ಸು ಈಗ ತಿಥಿಗಳಿಗೆ!
ಆಚರಣೆಯ ರೀತಿ ಬೇರೆ ಅಷ್ಟೇ.

ಮೊಮ್ಮಗ ನಗುತ್ತಾನೆ
ಬದುಕಿನ ನೋವುಗಳನ್ನು
ತೆರೆದಿಡುವ ನರಗಳು.
‘ಹೀಗೇಕೆ ಅಜ್ಜಿ?’
ಬಾಗಿದ ಮನಸ್ಸಿನಲ್ಲಿ
ಹೆಪ್ಪುಗಟ್ಟಿದ ಮರೆವು
ನಿರಂತರಗಳ ಹೂತಿಟ್ಟ ಕಾಲು
ದಿನವೂ ಹೆಜ್ಜೆ ಹಾಕಲೇಬೇಕು.

ಅವನಿಗೆ ಅರ್ಥವಾಗುವುದೇ ಇಲ್ಲ
ಬಹುಶಃ ದೇಹ ಮಣ್ಣಾಗುವವರೆಗೂ
ತನ್ನ ಅಜ್ಜಿ ಕವಿಯಾಗಿದ್ದಳೆಂದು!

ಹಿಂದೊಮ್ಮೆ ಹದಿನಾರರ ಹರೆಯದಲ್ಲಿ
ಕವಿತೆಗಳ ಕನಸ ಹೊತ್ತು
ಬದುಕನ್ನೇ ಹಾಡಾಗಿಸಿಕೊಂಡಿದ್ದ
ಅಜ್ಜಿ ಕವಿಯಾಗಿದ್ದಳೆಂದು
ಅವನಿಗೆ ಗೊತ್ತಾಗುವುದೇ ಇಲ್ಲ

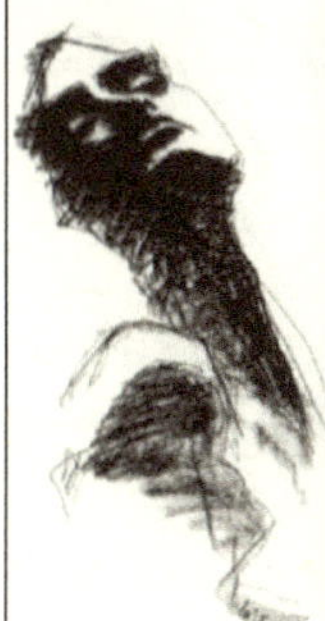

2

ಹಿಂದೊಮ್ಮೆ ಕವಿಯಾಗಿದ್ದೆ.
ಬರಿಗಾಲಲ್ಲಿ ಕಡಲ ತೀರ ಅಳೆದಿದ್ದೆ
ನದಿ, ಗಾಳಿ, ಸೂರ್ಯ,
ಮೋಡಗಳೊಳಗೆ ಮನೆ ಕಟ್ಟಿದ್ದೆ
ಬದುಕಿಗೇ ನಾನಾಗಿದ್ದೆ!

ನಿಜ,
ಹಿಂದೊಮ್ಮೆ ಕವಿಯಾಗಿದ್ದೆ.
ನೀರವ ಮೌನದಲ್ಲಿ
ಅಕ್ಷರಗಳ ಬೆಸೆದಿದ್ದೆ
ಹಿಂದಿರುಗಿದ ಪ್ರೇಮ ಪತ್ರಗಳನ್ನೇ
ಮತ್ತೆ ಮತ್ತೆ ಬರೆಯುತ್ತಿದ್ದೆ.
ಬಣ್ಣಗಳೆಲ್ಲವನ್ನೂ
ಕುಂಚವಾಗಿಸಿಕೊಂಡಿದ್ದೆ.

ನಡುಗುತ್ತಿರುವ ಕೈಗಳನ್ನು ನೋಡುತ್ತ
'ಅಜ್ಜಿ ಹೆದರಬೇಡ, ಬೀಳೋದಿಲ್ಲ'
ಎನ್ನುತ್ತ ಕಾಫಿ ನೀಡುತ್ತಾನೆ
ಇವನನ್ನು ನೋಡಿದಾಗೆಲ್ಲ
ಮರಳಲ್ಲಿ ಕಟ್ಟಿದ ಗೂಡು ನೆನಪಾಗುತ್ತದೆ.

ಹಿಂದೊಮ್ಮೆ ಕವಿಯಾಗಿದ್ದೆ.
ಅಕ್ಷರಗಳೇ ಪ್ರೀತಿಗೆ ಅಳುಕಿದ್ದವು
ಆದರೆ ಇದೀಗ ಅರಿವೇ ಇಲ್ಲದೆ
ಬದುಕಿನ ಬಟ್ಟೆಯನ್ನು
ದೇಹದ ಸುಕ್ಕಿನಲ್ಲಿ ಮಡಿಸಿಟ್ಟಾಗಿದೆ.

ಇತ್ತೀಚೆಗೆ ಆ ಕವಿಯನ್ನು ನಾನೂ
ಮರೆತಿದ್ದೇನೆ.
ಬದುಕನ್ನೇ ಕಟ್ಟಿಕೊಂಡು ಬದುಕಬೇಕಿದೆ.
ಕವಿತೆಗಳಿಗೆ ಜಾಗವಿಲ್ಲ

ಆದರೆ,
ಮುಂದೊಮ್ಮೆ ಮೊಮ್ಮಗ ಕವಿಯಾಗಬಹುದು
ಕವಿಯೀಗ ಕಥೆಯಾಗಬೇಕಷ್ಟೆ!

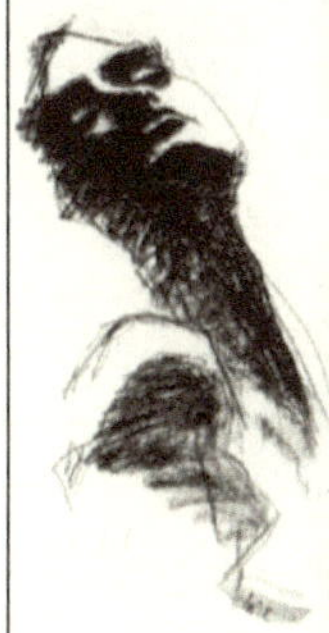

4

ಇಷ್ಟ ಪಟ್ಟು ಒಂದು ಶರ್ಟ್ ಖರೀದಿಸಿದೆ
ಕಂದು ಬಣ್ಣ, ಹತ್ತಿಯಷ್ಟೇ ಹಗುರ.
ಮತ್ತೆಮತ್ತೆ ಧರಿಸಿದರೂ ಹೊಸದೆನಿಸುವ ಶರ್ಟು
ಆನ್‌ಲೈನಿನಲ್ಲಿ ಇನ್ನೊಂದು ಶರ್ಟ್ ಖರೀದಿಸಿದೆ
ಪಾರ್ಸೆಲ್ ಮನೆಗೆ ಬಂದ ಕೂಡಲೇ
ಪಿನ್ನುಗಳ ತೆಗೆದು ಕಪಾಟಿನಲ್ಲಿ ನೇತು ಹಾಕಿದೆ
'ಅರೆರೆ ಅಂಥದ್ದೇ ಶರ್ಟು, ಮತ್ತದೇ ಕಂದು ಬಣ್ಣ'!
ಯಾರಿಗೆ ತಾನೇ ತಿಳಿಯುತ್ತೆ, ಇರಲಿ ಬಿಡು

ಇವೆರಡು ಶರ್ಟುಗಳು ತಮ್ಮದೇ ಭಾಷೆಯಲ್ಲಿ
ಮಾತನಾಡಲು ಆರಂಭಿಸಿದವು
ಕಪಾಟಿನಲ್ಲಿದ್ದ ಬೇರೆ ಶರ್ಟುಗಳಿಗೆ
ಈ ಭಾಷೆ ತಿಳಿಯದೆ ಕೊಂಚ ಕಸಿವಿಸಿಗೊಂಡವು
ಇದ್ದಕ್ಕಿದ್ದಂತೆ ಸುಕ್ಕುಗಟ್ಟಲು ಶುರುವಾಗಿ
ಗುಂಡಿಗಳು ಹಠಾತ್ತನೆ ಬಿಚ್ಚಿಕೊಂಡವು

ಹದಿಹರೆಯದ ಹುಡುಗನಂಥ ತಮ್ಮ ಧ್ವನಿಗೆ
ಬಹುಶಃ ಕಪಾಟು ಸಾಕೆನಿಸಿರಬೇಕು
ಬಿಡುಗಡೆಯ ಹಾಡನ್ನು ಹಾಡಿರಬೇಕು.
ಕಂದು ಬಣ್ಣದ ಶರ್ಟುಗಳು ಅದೇಕೋ
ಮೌನವಾಗಿಬಿಟ್ಟವು! ಅಚ್ಚರಿ!!!
ಕಪಾಟಿನ ಉಳಿದ ಶರ್ಟುಗಳ ಮಾತು
ಕೇಳಿದಂತೆನಿಸಿ ತೆರೆದು ನೋಡಿದೆ
ಬಿಳಿ ಶರ್ಟಿನ ಕಾಲರ್ ಮೇಲೆಲ್ಲ
ನೆತ್ತರ ಬಣ್ಣ, ಹಿಂಸೆಯ ಗುರುತು
ಗೆದ್ದೆವೆಂಬ ಗತ್ತಿನಲ್ಲಿ ಬೀಗುತ್ತಿದ್ದ ಬಿಳಿಯವು!

ಆಗಿನಿಂದಲೂ ಹೀಗೆ
ಬಣ್ಣಗಳು ಬಣ್ಣಗಳನ್ನು ಹತ್ತಿಕ್ಕಿ ನಮ್ಮನ್ನಾಗಿಸಿವೆ

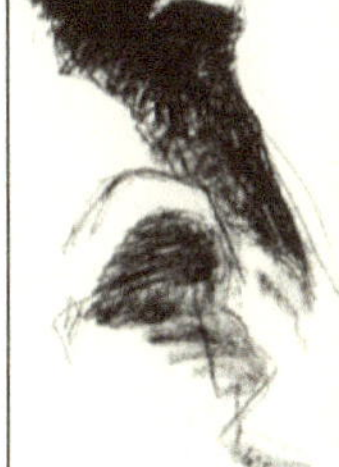

5

ವಿಮಾನದ ಕಿಟಕಿಯಿಂದ
ಭೂಮಿಗಾದ ಗಾಯಗಳೆಲ್ಲ ಕಾಣುತ್ತವೆ
ಯಾರದೋ ದೂರಿಗೆ
ಅವಮಾನದಿಂದ ಬಾಗಿದ ಬೆಟ್ಟ ಗುಡ್ಡಗಳು
ಮಹಾಸಾಗರವೊಂದು
ಶತಮಾನಗಳ ನೋವಲ್ಲಿ ಬಳಲಿ
ಕಣ್ಣೀರೇ ನೀರು
ಬೇಸಿಗೆಯ ಬೆಂಕಿಯಿಂದ ಕಪ್ಪಾದ ನೆಲ.
ಹರಡಿದ್ದ ಒಲವ ಹಸಿರೀಗ
ದ್ವೇಷಾಸೂಯೆಗಳ ಮರಳ ಮರುಭೂಮಿ!

ದೇಹದೊಳಗಿನ ಮಣ್ಣಿಗೂ
ಬಿರುಕು ಬಿಟ್ಟ ನೋವ ಕಥೆಗಳಿವೆ
ಗಾಯ ಆಳವಾದಷ್ಟೂ ಗುರುತಿಗೆ ಹೊಳಪು
ಸೂರ್ಯನ ಬೆಳಕು, ನದಿ, ಬೆಟ್ಟ, ಗುಡ್ಡಗಳ
ನೋಡಿದಾಗೆಲ್ಲ ಜಪಾನಿನ ಕಿಂಶುಜಿ ಕಲೆಯ ನೆನಪು!

ಮಣ್ಣ ಬಟ್ಟಲು ಒಡೆದರೂ ಬಿಸುಡದೆ
ಚೂರುಗಳು ಚಿನ್ನದ ಮಿಶ್ರಣದಲ್ಲಿ ಬಂಧಿಯಾಗುತ್ತವೆ.
ಮುರಿದು ಹೋಗಿದ್ದೀಗ ಅತ್ಯಾಕರ್ಷಕ!
ಕಲೆಯ ಮರೆಸಿ, ಮಿಂಚಿನಂತೆ ಹೊಳೆಹೊಳೆವ ಕಥೆಗಳು

ನಮ್ಮಂತೆಯೇ ಅಪರೂಪ!

6

1

ಆ ಹುಡುಗನಿಗೆ,
ಕಿಟಕಿಯಾಚೆ ನೋಡುತ್ತಿರುವ ಮೌನಿ ಅಪ್ಪ
ಕವಿತೆಯಲ್ಲಿ ಕಾಣಿಸಿಕೊಳ್ಳುತ್ತಾನೆ.
ಅಷ್ಟು ಚೂಪಾದ ಬ್ಲೇಡನ್ನು
ಅದೆಷ್ಟು ಸರಾಗವಾಗಿ ಕೆನ್ನೆ ಮೇಲೆ ಹರಿಸುತ್ತಾನೆ
ಅದೆಂಥ ಧೈರ್ಯಶಾಲಿ!
ಹೀಗೆ ಅವನಂತೆ ಗಡ್ಡ, ಮೀಸೆ
ತನಗೆಂದು ಚಿಗುರಬಹುದು?
ಹೆರೆದುಕೊಂಡ ಗಡ್ಡ ಎರಡೇ ದಿನಗಳಲ್ಲಿ
ಹೇಗೆ ಬೆಳೆಸುತ್ತಾನೆ?
ಅಚ್ಚರಿ!!!

2

ಈಗ ಆ ಹುಡುಗ
ಕನ್ನಡಿಯ ಮುಂದೆ ನಿಂತು
ಗಡ್ಡ ಹೆರೆದುಕೊಳ್ಳುತ್ತಿರುವ ಅಪ್ಪ!
ಗಟ್ಟಿತನದ ಜೊತೆ
ಅಪ್ಪನ ಮೇಲಿದ್ದ ಬದುಕಿನ ಭಾರವೂ
ಆ ಹುಡುಗನ ಕವಿತೆಯಲ್ಲಿ.
ಸೋಫಾದ ಮೇಲೆ ಕೂತಿರುವ ಅಪ್ಪನಿಗೆ
ಬಿಳಿಯ ಗಡ್ಡ, ಮೀಸೆ.
ನಡುಗುವ ಕೈಗೆ ಬ್ಲೇಡ್ ಹೇಗೆ ಕೊಡುವುದು?

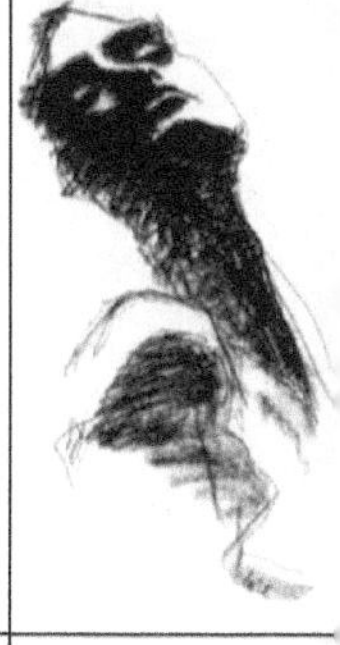

ಕನ್ನಡಿಯೆದುರು ನಿಂತಾಗೆಲ್ಲ ಅವನಲ್ಲಿ ಅರಿವು.
ಗಡ್ಡದ ಜೊತೆ ಅಪ್ಪ ತನ್ನ ಕನಸುಗಳ ಹೆರೆದು
ಆ ಹುಡುಗನ ಖುಷಿಯ ಹಬೆಗೆ
ತನ್ನ ಕನ್ನಡಿಯನ್ನು ಮಸುಕಾಗಿಸಿಕೊಂಡಿದ್ದ!

7

ಮೊದಲು ಅವನನ್ನು ನೋಡಿದ್ದು ಮನೆಯ ಬಾಲ್ಕನಿಯಿಂದ
ಹತ್ತಿರದ ಪೆಟ್ಟಿಗೆ ಅಂಗಡಿಯ ಖಾಯಂ ಗಿರಾಕಿ!
ಸಿಗರೇಟ್ ಸೇದುತ್ತ ಸದಾ ನಿಂತಿರುತ್ತಿದ್ದ.
ಹಾಕುತ್ತಿದ್ದ ಬಟ್ಟೆಗಳ ಒಂದೊಂದು ದಾರವೂ
ಬಹುಶಃ ಸಿದ್ಧಾಂತಕ್ಕೆ ತಕ್ಕಂತೆ ನೇಯ್ದಿರಬೇಕು.

ದುಡಿಯುತ್ತಿದ್ದ ಪಕ್ಷದ ನಾಯಕನ ಆದೇಶದಂತೆ,
ಪಟ್ಟಣದ ಕೇಂದ್ರದಲ್ಲಿ ಅಂದು ಜನರನ್ನು ಸೇರಿಸಿದ್ದ.
ಹತ್ತಿರದ ಹೆಂಡದಂಗಡಿಯಲ್ಲಿ ರಮ್ ಪ್ಯಾಕೆಟ್ಗಳನ್ನು ಕುಡಿದು
ದಾರಿಯಲ್ಲಿ ಹಾದು ಹೋಗುತ್ತಿದ್ದ ಪೋಲೀಸಿನವರಿಗೆ
ಅವಾಚ್ಯ ಶಬ್ದಗಳಲ್ಲಿ ಬೈಯುತ್ತಿದ್ದ.
ನಾಯಕನು ಭಾಷಣದಲ್ಲಿ ಬಿತ್ತುತ್ತಿದ್ದ ದ್ವೇಷದ ಬೀಜಕ್ಕೆ
ನೆರೆದಿದ್ದ ಜನರೊಳಗಿನ ಪ್ರೀತಿ ಹೂಗಳೆಲ್ಲ ಬಾಡುತ್ತಿದ್ದವು.
ಎಲ್ಲಿಂದಲೋ ಬಂದ ಹುಡುಗನೊಬ್ಬ
ಇವನನ್ನು ಚಾಕುವಿನಿಂದ ಇರಿದು ಓಡಿಹೋದ.
ಪ್ರತಿಯೊಬ್ಬರೂ ತಮ್ಮ ಮನೆಯ ಬಾಲ್ಕನಿಗಳಿಂದ
ನೆತ್ತರ ಮಡುವಲ್ಲಿ ಬಿದ್ದಿದ್ದ ದೇಹವನ್ನು ನೋಡಿದರು.
ನಾಯಕನ ಮಾತುಗಳಿಗೆ ತಲೆದೂಗಿ ಘೋಷಣೆ ಕೂಗುತ್ತಿದ್ದರೆ
ಇವನ ದೇಹ ಮಾತ್ರ ರಸ್ತೆಯ ಮೌನ!
ನನ್ನ ತಂದೆ ಆ ದೇಹವನ್ನು ಮನೆಗೆ ಹೊತ್ತು ತಂದರು.

ಟಿವಿಯ ತುಂಬೆಲ್ಲ ಅವರದ್ದೇ ಚಿತ್ರಗಳು,
ರಸ್ತೆಯ ಉದ್ದಗಲಕ್ಕೂ ನಿಂತು
ತಮ್ಮ ಬಣ್ಣಗಳನ್ನು ಚಾಕು ಚೂರಿ, ಬಾವುಟಗಳಲ್ಲಿ ಪ್ರದರ್ಶಿಸುತ್ತಿದ್ದಾರೆ
ಸುರಿಯುತ್ತಿರುವ ಇವನ ನೆತ್ತರು ಇನ್ನೂ ನಿಂತಿಲ್ಲ
ಆದರಿವನು ಇಲ್ಲಿ ಸೇಡಿನ ಬಗ್ಗೆ ಮಾತಾಡುತ್ತಿದ್ದಾನೆ
ಪಕ್ಕದ ಬೀದಿಯ ನಾಯಿ ಹಸಿವಿನಲ್ಲಿ ಸಾಯುತ್ತಿದೆ
ಯಾರೋ ಎಸೆದ ಕಲ್ಲಿಗೆ ಗಾಜಿನ ಕಿಟಕಿಗಳೆಲ್ಲ ಚೂರುಚೂರಾಗಿವೆ
ರಬ್ಬರ್ ಟೈರಿಗೆ ಬೆಂಕಿ ಹಚ್ಚಿ ಕೇಕೆ ಹಾಕುತ್ತಿದ್ದಾರೆ
ಡಾಕ್ಟರ್ ಬರುವಷ್ಟರಲ್ಲಿ ಅವನು ಸತ್ತೇಹೋಗಿದ್ದ!

'ಸ್ಟೋವ್ ಆಫ್ ಮಾಡಿ, ಅಷ್ಟೊತ್ತಿಂದ ಕುದೀತಿದೆ'
ನೆರೆಯವಳ ಅರಚಾಟ
'ಜಾತಿ ಹಗೆಯಲ್ಲಿ ಅನಾಥವಾದ ದೇಹ' ನ್ಯೂಸ್
ಚಾನೆಲ್‌ನವರು
ಮತ್ತೆ ಮತ್ತೆ ಸುದ್ದಿ ಬಿತ್ತರಿಸುತ್ತಲೇ ಇದ್ದಾರೆ.
'ಇದು ನಮ್ಮಲ್ಲೇ ಮೊದಲು, ಬನ್ನಿ ನಿಮ್ಮ ಸಿದ್ಧಾಂತವೇನು'
ನ್ಯೂಸ್ ಚಾನಲ್ಲಿನವನು ಕಿರುಚುತ್ತಿದ್ದಾನೆ.
ಕೊಳೆಗೇರಿಯ ಪುಟ್ಟ ಮಗುವೊಂದು ಬೀದಿಯಲ್ಲಿ ಆಡುತ್ತ
ದಾರಿಯಲ್ಲಿ ನಡೆದುಕೊಂಡು ಬರುತ್ತಿರುವ
ಎಲ್ಲ ವಿದೇಶಿಗರನ್ನು ನಗುವಿನಲ್ಲಿ ಬರಮಾಡಿಕೊಳ್ಳುತ್ತಿದೆ
ರಸ್ತೆ ಬದಿಯ ಬೋರ್ಡಿನ ಜಾಹಿರಾತಿನಲ್ಲಿ
ಇಲ್ಲಿ ನಡೆದ ಯಾವುದರ ಸುಳಿವೂ ಇಲ್ಲ

8

ನಾಟಕದ ಪಾತ್ರದ ಮಾತುಗಳ
ಉರುಹೊಡೆದು ನಟಿಸುತ್ತಿರುವ
ಆ ಹುಡುಗನ ಶಾಲೆಯ ರಂಗಮಂದಿರದ
ಪರದೆಗೆ ಮುಗ್ಧತೆಯನ್ನು ತೂಗಿಹಾಕಿ.
ಮರದ ಕಪಾಟಿನ ಒಳಗೆ
ಧೂಳು ಹಿಡಿದ ಪಿಂಗಾಣಿಯಲ್ಲಿ
ಬದುಕಿನ ಅನಿಶ್ಚಿತತೆಯನ್ನು ತುಂಬಿಬಿಡಿ.
ಪುಟ್ಟ ಹುಡುಗಿಯು ಗೀಚುತ್ತಿರುವ
ಹಾಳೆಯ ಬಣ್ಣದ ಗೆರೆಗಳಲ್ಲಿ
ಕನಸುಗಳನ್ನೆಲ್ಲ ಬಚ್ಚಿಟ್ಟುಬಿಡಿ.
ಸಿಮೆಂಟ್ ಗೋಡೆಗಳ ಬಿರುಕುಗಳಲ್ಲಿ
ಭಾವನೆಗಳು ಹೂವಾಗಲಿ, ಬಿಡಿ!

ಟ್ರಾಫಿಕ್, ಸೆಖೆ, ಧೂಳು, ಹೊಗೆ ತುಂಬಿದ
ರಸ್ತೆಗಳಲ್ಲಿ ಅಲೆದು ಬಂದು
ತಟ್ಟುವ ಮನೆಯ ಬಾಗಿಲಿಗೆ
ಎಲ್ಲವನ್ನು ಒಟ್ಟಿಗೆ ನೇಯ್ದು
ಗಾಳಿ ಹಾಡಾಗಲಿ, ಬಿಟ್ಟುಬಿಡಿ!

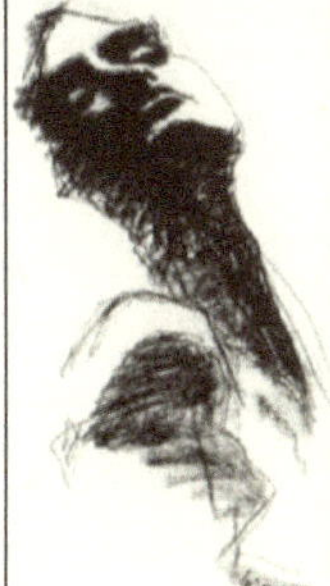

9

ಯಾವುದಾದರೊಂದು ಬೀದಿಯ
ಯಾರದೋ ಒಂದು ಮನೆಯ
ಕಿಟಕಿಯೊಳಗಿಂದ ಇಣುಕಿ ನೋಡಿ.
ಅಲ್ಲಲ್ಲೇ ಹೆಣೆದುಕೊಳ್ಳುವ ಕಥೆಗಳು
ಅಚ್ಚರಿಯನ್ನುಂಟು ಮಾಡಬಹುದು!

ಮನೆ ನಂಬರ್ 67ರಲ್ಲಿ
ಗಂಡ ಹೆಂಡಿರ ಜಗಳ.
ಅವರ ಹದಿನೈದು ವರುಷದ ಮದುವೆ
ಇನ್ನೇನು ಕೊನೆಗೊಳ್ಳಬಹುದು.

ಇನ್ನು ಆ ಮೂಲೆಯ ಮುದುಕ
ತೀರಾ ಒಂಟಿ, ಒಬ್ಬಂಟಿ.
ಮನೆಯ ಹೊರಗೆ ಕಾಲಿಟ್ಟಿದ್ದೇ ಇಲ್ಲ
ಬದುಕಿದ್ದಾನೋ? ಸತ್ತಿದ್ದಾನೋ?

45 ಮನೆ ನಂಬರಿನಲ್ಲಿರುವ
ಆ ದಢೂತಿ ವ್ಯಾಪಾರಿ,
ಅದೇ ಶೋಕಿಲಾಲ ಮೊನ್ನೆಯಷ್ಟೇ
ಹೊಸ ಕಾರು ಕೊಂಡ.

ಆ ಹೆಂಗಸಿನ ಬಗ್ಗೆ ಹೇಳಲೇಬೇಕಿಲ್ಲ.
ಮರೆತೇ ಹೋಗಿದ್ದೆ ನೋಡಿ
ಆ ಕೊನೆಯ ಮನೆ ಹುಡುಗನಿಗೆ
ಕ್ಯಾನ್ಸರ್ ಅಂತೆ ಪಾಪ!

ಪಕ್ಕದ ಮನೆಯ ಮುದುಕಿಗೆ
ಯಾರು ದಿಕ್ಕು?
ಅವಳ ಮಕ್ಕಳೇನು ಕೊನೆಗಾಲದಲ್ಲಿ
ನೆರವಿಗೆ ಬರುವಂತೆ ಕಾಣುತ್ತಿಲ್ಲ

ಹಿಂದಿನ ಬೀದಿಯ ಸಾವು
ಆ ಅದು ಕೊಲೆಯಂತೆ!
ಪೋಲಿಸಿನವರು ದಿನಾ ಬರುತ್ತಾರೆ
ಜೈಲು ಖಂಡಿತ!

ಎದುರು ಮನೆಗೆ ಬಾಡಿಗೆಗೆ ಯಾರೂ ಬಂದಿಲ್ಲ
ಏನಿದೆಯೋ ಏನೋ?
ನಮಗ್ಯಾಕೆ ಬಿಡಿ ಮಾಡಿದವರ ಪಾಪ
ಆಡಿದವರ ಬಾಯಲ್ಲಿ!

ನಿಮಗೆ ಅವಕಾಶ ಸಿಕ್ಕರೆ
ಯಾವ ಬೀದಿಯ ಯಾರ ಮನೆಯ
ಕಿಟಕಿಯೊಳಗಿಂದ ಇಣುಕುತ್ತೀರಿ?
ಯಾರನ್ನು ಮಾತಲ್ಲೇ ಬೀದಿಗೆಳೆಯುತ್ತಿರಿ?

ಎಲ್ಲಕ್ಕಿಂತ ಮುಖ್ಯವಾಗಿ
ನಿಮ್ಮ ಯಾವ ಗುಟ್ಟುಗಳನ್ನು ಬಚ್ಚಿಡುತ್ತೀರಿ!?

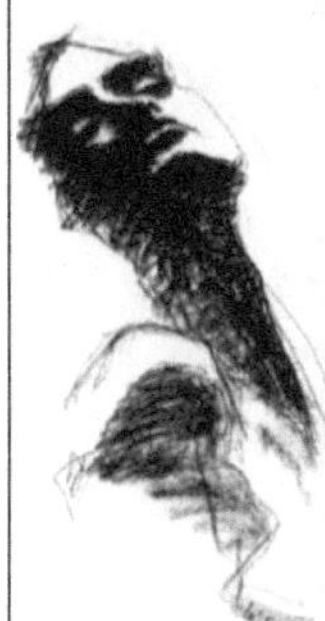

10

ಮರದಿಂದ ತೂಗಾಡುತ್ತಿರುವ
ಭಾರಿ ಗಾತ್ರದ ಶವಗಳಭಾರಕ್ಕೆ
ರೆಂಬೆ ಕೊಂಬೆಗಳು ನೆಲಕ್ಕೆ ಬಾಗಿವೆ.
ಹಕ್ಕಿಗಳು ಕಚ್ಚಿ ಎಳೆದು, ನೆಲಕ್ಕುದುರಿಸಿ
ಅಂಗಾಂಗಗಳ ಚೂರಾಗಿಸಿವೆ
ಎತ್ತರ ಬೆಳೆದ ಹುಲ್ಲುಗಳ ನಡುವೆ
ಕಾಂಕ್ರೀಟ್ ಬಿರುಕುಗಳಲ್ಲಿ
ಯಾರದೋ ಖಾಲಿ ಸೈಟ್‌ನಲ್ಲಿ
ಆಳವಾದ ನಿದ್ರೆಗೆ ಜಾರಿವೆ.

ಒಂದೊಮ್ಮೆ ಈ ದೇಹಗಳೆಲ್ಲ
ಹೊರಹೊಮ್ಮುತ್ತವೆ, ಭೂಮಿಯ
ಬೆಳಕನ್ನೆಲ್ಲ ತಮ್ಮದಾಗಿಸಿಕೊಂಡು
ಮತ್ತೊಮ್ಮೆ ಮರವಾಗುತ್ತವೆ

11

ಮುರಿದು ಬೀಳಲಿರುವ ಕೋಣೆಯ ಸೂರಿಗೆ
ಅಂಟಿಕೊಂಡ ಲೈಟ್‌ಬಲ್ಬು
ನೆಲ, ಗೋಡೆಗಳ ತುಂಬೆಲ್ಲ ಧೂಳು.
ಎಲ್ಲವನ್ನು ಮರೆಮಾಚುವಂತೆ
ಪ್ರಕಾಶಿಸುತ್ತಿರುವ ಬೆಳಕು.
ಹೊರಗಿನ ಜಗತ್ತು ತಂತಿ ಎಳೆದಾಗೆಲ್ಲ
ಹೊತ್ತಿ ಆರಿಹೋಗುವ ಅಸೂಯೆ.
ಸುಡುವ ಲೈಟ್ ಬಲ್ಬು!

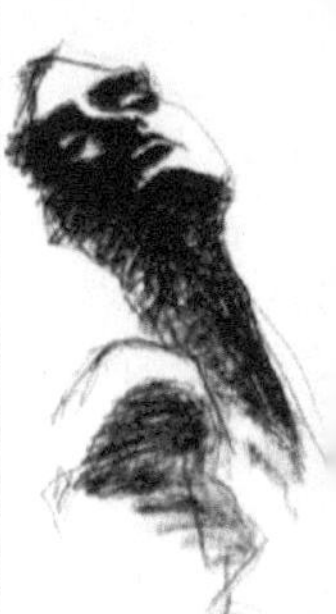

12

ಅವನು ಹುಚ್ಚನೇನು ಆಗಿರಲಿಲ್ಲ.
ತನಗೆ ತಾನೇ ಮಾತನಾಡಿಕೊಳ್ಳುತ್ತಿದ್ದ
ಹಾದಿಯಲ್ಲಿ ಹಾದು ಹೋದವರನ್ನೆಲ್ಲ
ಒಂದು ಸಿಗರೇಟಿಗಾಗಿ ಪೀಡಿಸುತ್ತಿದ್ದ
ಗಾಳಿಯಲ್ಲೇ ಅಕ್ಷರಗಳ ಬಿಡಿಸುತ್ತಿದ್ದ
ಆಗಾಗ್ಗೆ ತಲೆಬಗ್ಗಿಸಿ ಕೂದಲು ಕೀಳುತ್ತಿದ್ದ
ಬಹುಶಃ ತನ್ನದಲ್ಲದ ಜಗತ್ತಿಗೆ
ಸಿಗರೇಟನ್ನು ಕೊಂಡಿಯಾಗಿಸಿಕೊಂಡಿದ್ದ!

ಆಗೊಮ್ಮೆ ಈಗೊಮ್ಮೆ ಯಾರಾದರೂ
ಏನಾದರೂ ಕೊಟ್ಟಿದ್ದನ್ನು ತಿನ್ನುತ್ತಿದ್ದ
ಎಲ್ಲಿಯೋ ನಿದ್ದೆ ಮಾಡುತ್ತಿದ್ದ
ಅಥವಾ ನಿದ್ದೆಯೇ ಮಾಡುತ್ತಿರಲಿಲ್ಲವೇನೋ
ರಸ್ತೆಯ ಮೂಲೆಯಲ್ಲೇ ಇದ್ದ
ಅಥವಾ ಇರಲಿಲ್ಲವೇನೋ!
ತೀರಾ ಪರಿಚಿತ ಅಥವಾ ಅಲ್ಲವೇನೋ
ಅದದೇ ರಸ್ತೆಗಳಲ್ಲಿ ನಡೆಯುತ್ತಿದ್ದ,
ಅಥವಾ ನಡೆಯುತ್ತಿರಲಿಲ್ಲವೇನೋ!

ಹಾದಿಯ ಕಾರುಗಳನ್ನೆಲ್ಲ ಹೆಸರಿಸುತ್ತಿದ್ದ
ಕೆಲವೊಮ್ಮೆ ಅಧ್ಯಾತ್ಮದ ಬಗ್ಗೆ
ಗಂಟೆಗಟ್ಟಲೆ ಮಾತನಾಡುತ್ತಿದ್ದ
ನಮ್ಮ ಪ್ರಶ್ನೆಗಳಿಗೆ ಉತ್ತರಿಸುತ್ತಿದ್ದ
ಅಥವಾ ಪ್ರಶ್ನೆಗಳೇ ಇರಲಿಲ್ಲವೇನೋ!

ಅವನು ಮೇಷ್ಟ್ರಾಗಿದ್ದನಂತೆ.
ಅಪಘಾತದಲ್ಲಿ ಎಲ್ಲರನ್ನು ಕಳೆದುಕೊಂಡನಂತೆ.
ಎಲ್ಲರಿಗೂ ಅವನ ಬಗ್ಗೆ ಗೊತ್ತಿತ್ತು
ಅಥವಾ ಗೊತ್ತೇ ಇರಲಿಲ್ಲವೇನೋ.
ಬಹುಶಃ ಅವನು ಈ ನಗರದಂತೆ
ಅಥವಾ ಅಲ್ಲವೇನೋ!

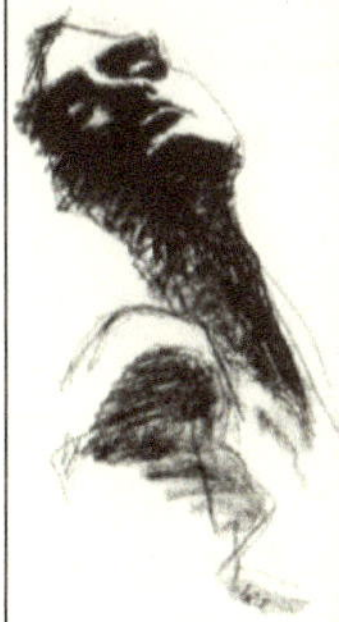

13

ಇಲ್ಲಿ ನಮ್ಮ ಕಥೆಗಳನ್ನು ಬದಲಾಯಿಸಿಕೊಳ್ಳಲು ಹೇಳಿಕೊಡಲಾಗುತ್ತದೆ.
ಹೆಸರುಗಳನ್ನು ಮರೆಮಾಚಿ ಮದುವೆ ಮಾಡಿಸಲಾಗುತ್ತದೆ.

> ನನ್ನ ಚಿಕ್ಕಪ್ಪ ಆ ಚಿಕ್ಕ ಹುಡುಗಿಯನ್ನು ರೇಪ್ ಮಾಡಿದ್ದ
> ತಲೆಮಾರುಗಳ ನಮ್ಮ ಕೋಪವನ್ನು
> ಹಿತ್ತಲಿನಲ್ಲಿ ಹೂತುಹಾಕುತ್ತೇವೆ.
> ಅದು ಮರವಾಗಿ ಬೆಳೆದು, ದಿನವೂ ತೊಗಟೆಗಳು ಉದುರಿ,
> ದೇಹದ ಮೇಲಾದ ಗಾಯಗಳಿಗೆ ದುಃಖಿಸುತ್ತದೆ.

ಭೇಟಿಯಾಗುವ ಪ್ರತಿಯೊಬ್ಬನು ಅವನಾಗಿರುತ್ತಾನೆ.
ಭೇಟಿಯಾಗುವ ಪ್ರತಿಯೊಬ್ಬನು ಈ ರಾತ್ರಿಗಳಿಗೆ ಕಾದು,
ಖಾಲಿ ಜಾಗದ ಇಟ್ಟಿಗೆಗಳಿಗೆ ನೇತುಹಾಕಿ,
ಕಾಮುಕ ಉಲ್ಕೆಯಾಗಿ ಬಡಿದು
ಕೆಂಪಾದ ದೇಹವನ್ನು ಕುಳಿಗಳಲ್ಲಿ ಮುಚ್ಚಿಡುತ್ತಾನೆ.

> ತನ್ನ ತಂದೆ ತನ್ನ ತಂಗಿಯನ್ನು ಬಲಾತ್ಕರಿಸಿದ್ದನ್ನು
> ಅವನು ನೋಡಿದ್ದಾನೆ.
> ಅವಳು ಈ ಕತೆ ಬದಲಿಸಿಕೊಂಡು ಮದುವೆಯಾಗಿ
> ಈಗ ಮಗುವೊಂದರ ತಾಯಾಗಿದ್ದಾಳೆ.
> ಎಲ್ಲ ಮುಗಿದ ನಂತರ ತನ್ನಿಷ್ಟದ ಬಿರಿಯಾನಿ
> ತಿಂದಿದ್ದನ್ನು ತಂದೆ ಆಗಾಗ್ಗೆ ನೆನೆದರೂ ಸುಮ್ಮನಿರುತ್ತಾನೆ.

ಬಹುಶಃ ಆರನೆಯ ವಯಸ್ಸಿನಲ್ಲಿ ಯಾವುದೋ
ಗೊತ್ತಿರದ ಕೈಗಳು ಮುಟ್ಟಿದ್ದ ನೆನಪು.
ನನ್ನ ನಡವಳಿಕೆಯೇ ತಪ್ಪೆಂದು ಅಮ್ಮ ಗದರಿದ್ದಳು.

ಅಜ್ಜಿ ಆ ಹೆಣ್ಣುಮಗಳ ಹೆಸರ ಬದಲಿಸಿ ಗೋರಿ ಕಟ್ಟಿಸಿದ್ದಾಳೆ.
ಅವಳ ದೇಹವು ಕಸದ ತೊಟ್ಟಿಯೊಂದರ ಬಳಿ ಸಿಕ್ಕಿತ್ತು
ಎನ್ನುವ ವಿಷಯ ಅವಳಿಗೆ ಅರಿವಿಲ್ಲ.
ಕ್ಯಾಬ್ ಡ್ರೈವರ್ ಇಡೀ ದಿವಸ ಕಾರಿನಲ್ಲಿ
ಅತ್ಯಾಚಾರ ಎಸಗಿದನೆಂದು ಸುದ್ದಿಪತ್ರಿಕೆ ಹೇಳುತ್ತದೆ.

ಪ್ರತಿ ಬಾರಿ ಆ ಅವನನ್ನು ಭೇಟಿಯಾದಾಗ
'ನಿಮಗೂ ನಿಮ್ಮ ಹೆಸರುಗಳನ್ನು, ಕಥೆಗಳನ್ನು
ಬದಲಾಯಿಸಿಕೊಳ್ಳಲು ಹೇಳಿಕೊಡುತ್ತಾರಾ?' ಪ್ರಶ್ನಿಸುತ್ತೇನೆ.
ನಾನೀಗ ಅಸ್ಥಿಪಂಜರವಾಗಿ ಇರಲು ಬಯಸುತ್ತೇನೆ,
ಗಾಯ ಮಾತ್ರ ಆಗಸದ ನಕ್ಷತ್ರದಷ್ಟೇ ದೊಡ್ಡದಾಗಿ
ಬೆಳೆಯಲು ಅವಕಾಶ ಮಾಡಿಕೊಡಿ.
ಉರಿದುರಿದು, ಕಣ್ಣುಗುಡ್ಡೆಗಳು ಹೊರಬರುವಂತೆ
ಕಿರುಚಲು ಅವಕಾಶ ಮಾಡಿಕೊಡಿ.

ಹೆಸರನ್ನು ಮರೆಮಾಚಿ
ಅಸ್ಥಿಪಂಜರವಾಗೇ ಇರಲು ಬಯಸುತ್ತೇನೆ.
ನಿಮ್ಮ ಸುಳ್ಳಿನ ಕಥೆಗಳನ್ನೇ ಎಲ್ಲರಿಗೂ ಹೇಳುತ್ತೇನೆ.
ಆದರೆ ಎಲ್ಲ ಗಾಯಗಳನ್ನು
ಅಳಿಸಲಾಗದ ಶಾಯಿಯಲ್ಲಿ ಬರೆದು
ನಿಮ್ಮ ಹೆಸರುಗಳನ್ನೇ ಶೀರ್ಷಿಕೆಯಾಗಿಸಿ
ಕವಿತೆಯಾಗಿಸುತ್ತೇನೆ.

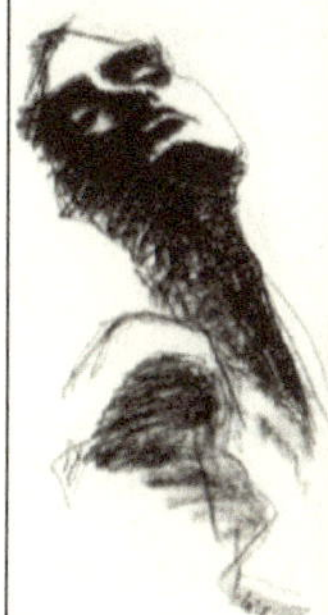

14

ಕೈಯಲ್ಲಿ ಹಿಡಿದ ಬಟ್ಟಲೊಂದನ್ನು
ಅವರು ಮಕ್ಕಳಿಗೆ ತೋರಿಸಿದರು.
ಅಚ್ಚ ಬಿಳಿಯ ಬಣ್ಣ
ಶಾಂತಿಯ ಸಂಕೇತ
ಶಿಕ್ಷಕಿಯ ಹಲ್ಲುಗಳಿಗಿಂತ ಬೆಳ್ಳಗೆ!
ಮಕ್ಕಳು ಕಣ್ಣುಗಳ ಅಗಲಿಸಿ
ಬಿಳಿಯ ಬಣ್ಣದ ಹೊಳಪ
ಅಚ್ಚರಿಯಿಂದ ದಿಟ್ಟಿಸುವಾಗ
ಚೀಲಕ್ಕೆ ಕೈ ಹಾಕಿ ಮಣ್ಣ ಬಟ್ಟಲನ್ನು
ತೆಗೆದು ಅವರ ಮುಂದಿಟ್ಟರು.

ಕಂದು, ಭೂಮಿಯ ಬಣ್ಣ
ಸಮಾಜದ ಅಷ್ಟೂ ವಿಕೃತಿಗಳಿಗೆ
ಗುರಿಯಾದವರ ಬಣ್ಣ
ಅವಶೇಷಗಳಾಗಿ ಬದುಕಿನಡಿ ಹುದುಗಿ
ಕನಸುಗಳ ಮರೆತವರ ಬಣ್ಣ
ಹಿಡಿ ಪ್ರೀತಿ ಸಿಕ್ಕರೂ ಸಂತಸದಲ್ಲಿ ಬಿರಿದು,
ಮತ್ತೆ ಮಣ್ಣಾಗುವ ಮಣ್ಣಿನ ಬಣ್ಣ
ಈಗಾಗಲೇ ಮಕ್ಕಳಿಗೆ,
ಯಾವ ಬಟ್ಟಲನ್ನು ತಮ್ಮ ಮನೆಗಳ
ಷೋಕೇಸಿನಲ್ಲಿಟ್ಟು ತೋರಬಹುದೆಂದು ತಿಳಿದಿತ್ತು
ಅವಳೊಬ್ಬಳನ್ನು ಬಿಟ್ಟು!

ಅನಾಥ ಹುಡುಗಿಯ ಸಿರಿಕಣ್ಣುಗಳಿಗೆ
ಕಂದು ಬಣ್ಣದ ಬಟ್ಟಲೇ ಬೇಕಾಗಿತ್ತು.
ಒಳಗೆ ಕೊಳಕನ್ನು ಮೆತ್ತಿಕೊಂಡು
ಹೊರಗೆ ಶುದ್ಧತೆಯ ಸೋಗು
ಹಾಕಿಕೊಂಡ ಬಿಳಿ ಬಟ್ಟಲಿಗಿಂತ
ಕಂದು ಬಣ್ಣದ ಬಟ್ಟಲಲ್ಲಿ ಹುಟ್ಟುವ
ಬದುಕು ಬಣ್ಣವೆನಿಸಿತ್ತು!

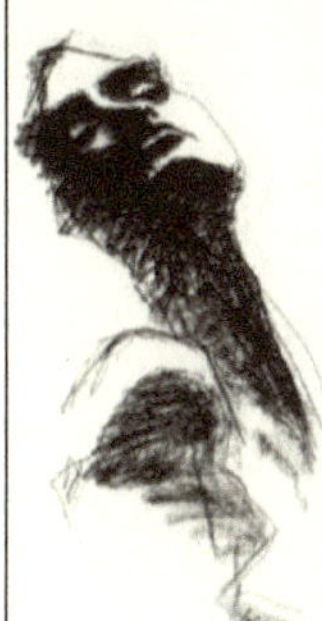

15

'ಮರುಭೂಮಿಯಲ್ಲಿ ಕಳೆದು ಹೋಗಿದ್ದ
ನಗರವನ್ನು ಕಂಡುಹಿಡಿದಿದ್ದಾರೆ'
ಸುದ್ದಿಪತ್ರಿಕೆ ನೋಡುತ್ತಿದ್ದ ಅಪ್ಪ ಹೇಳಿದ
ಆ ಕಟ್ಟಕಡೆಯ ರಾತ್ರಿ
ನಗರದ ಗೋಡೆಗಳ ಒಳಗೆ
ಒಂಟಿಯಾಗಿ ಅಲೆದು
ಮುಂಜಾವಿನಲ್ಲಿ ನಗರವನ್ನು
ಸಮಾಧಿ ಮಾಡಿ ಹೊರನಡೆದ
ಆ ಕೊನೆಯ ಮನುಷ್ಯನನ್ನು ನೆನೆದೆ.

ಆದರೆ ನಾನು ಅವನನ್ನೂ ನೆನೆಯಬೇಕಿತ್ತು
ಇಲ್ಲಿ ನೆಲೆಸಿದ ಮೊದಲ ದಿನವೇ
ಮುಂಜಾವಿನಲ್ಲಿ ಮರುಭೂಮಿಯ
ನಗರವಾಗಿಸಬೇಕೆಂಬ ಕನಸುಹೊತ್ತು
ನನಸಾಗಿಸಿದ್ದ ಆ ಅವನನ್ನು
ಕೂಡ ನಾನು ನೆನೆಯಬೇಕಿತ್ತು

16

ನಿಜವಾಗಲೂ ಕವಿತೆಗಳಿಗೆ ಭಾವನೆಗಳಿವೆಯೇ?
ನಮ್ಮೆಲ್ಲ ಸುಖ ದುಃಖಗಳನ್ನು ಒಟ್ಟೊಟ್ಟಿಗೆ ಪದಗಳಲ್ಲಿ
ಹೆಣೆದು ಹಾಳೆಯ ಮೇಲೆ ಗೀಚಿದರೂ
ದೂರುಗಳಿಲ್ಲದೆ ಹಾಳೆ ಎಲ್ಲವನ್ನು ಪಡೆಯುತ್ತದೆ.

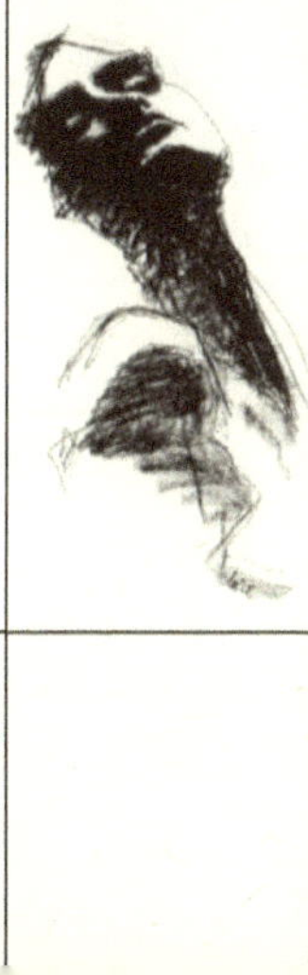

ಕವಿತೆಗೆ ತನ್ನ ಬಗ್ಗೆ ತನಗೇ ಅನಿಸುವುದೇನು?
ತಪ್ಪಾಗಿ ಓದಿದರೆ ನೋವಾಗಬಹುದೇ
ಬಳಸುವ ಶಾಯಿಯ ಬಣ್ಣಕ್ಕೆ ತಕ್ಕ ಹಾಗೆ
ತನ್ನ ಭಾವನೆಗಳನ್ನು ಬದಲಿಸಬಹುದೇ
ಕವಿತೆಗೆ ತನ್ನೆಲ್ಲ ನೋವುಗಳನ್ನು
ಕೆಂಪು ಶಾಯಿಯಲ್ಲಿ ಹೊರಹಾಕಿ,
ಓದುವವರ ನಿರಾಕರಿಸಬೇಕು ಎನಿಸಬಹುದೇ
ಎಷ್ಟಾದರೂ ನೋವು ಕವಿತೆಯದಾಗಿರುವುದಿಲ್ಲ
ಅದು ಕವಿಗೆ ಸೇರಿದ್ದು!
ನೋವನ್ನು ಕವಿತೆ ಎರವಲು ಪಡೆದು
ಓದುಗರಿಗೆ ಹಂಚಿಬಿಡುವುದಷ್ಟೇ ಅದರ ಕೆಲಸ

ಕವಿತೆ ಖುಷಿಯಾಗಿರುವುದಕ್ಕೆ ಸಾಧ್ಯವೇ?
ಅನುಮಾನದಿಂದಲೇ ನೋಡಬೇಕು
ಅಕ್ಷರಗಳಿಗೆ ಕವಿತೆಗಳು ಸಂಬಂಧವಿಲ್ಲದಿದ್ದರೂ
ಮತ್ತದೇ ರೂಪಕಗಳು ಏಕತಾನವೆನಿಸಬಹುದು
ಪ್ರೀತಿ ಪ್ರೇಮದ ಸಾಲು ಸಾಕೋ ಸಾಕೆನಿಸಬಹುದು

ಕವನಗಳು ನಮ್ಮನ್ನು ಪ್ರೀತಿಸಬಹುದೇ?
(ಅದಕ್ಕೆ ಅವಕಾಶ ಮಾಡಿಕೊಡುತ್ತೇವೆಯೇ?)
ಭಾವನೆಗಳ ಹೊರಹಾಕಿ ಬಿಡುಗಡೆ ಪಡೆದು
ಕವಿತೆಗಳ ಬಂಧಿಸುವುದು ಎಷ್ಟು ಸರಿ?
ಕವಿತೆಗಳು ನನಗೆ ಅಥವಾ ತಮಗೆ ತಾವೇ
ಈ ಪ್ರಶ್ನೆಯನ್ನು ಕೇಳಿಕೊಳ್ಳುತ್ತಿರಲೂಬಹುದು

ಈ ಕವಿಯ ಭಾವನೆಗಳೆಲ್ಲ ನಿಜಕ್ಕೂ
ಎಷ್ಟು ಸುಳ್ಳು? ಎಷ್ಟು ಸತ್ಯ?

17

ಸಂಜೆಯಾಗುತ್ತಲೇ ಮುದುಕಿ ಕೋಲನ್ನು ನೆಲಕ್ಕೆ
ಊರುತ್ತ, ನಿಧಾನವಾಗಿ ಹೆಜ್ಜೆ ಹಾಕಿ
ಹೂವಿನ ತೋಟಕ್ಕೆ ಬರುತ್ತಾಳೆ.
ಕೈಯ್ಯಲ್ಲೊಂದು ಕತ್ತರಿ.
ಮಕ್ಕಳೆಲ್ಲಿ ಹೂವನ್ನು ತುಳಿದುಬಿಡುತ್ತಾರೋ
ಎಂಬ ಭಯದಲ್ಲಿ ಸುತ್ತಲೂ ನೋಡುವ ಕಣ್ಣುಗಳು.
ನಿಧಾನವಾಗಿ ಬಗ್ಗಿ, ಕೆಳಗೆ ಕೂತು
ನಡುಗುವ ಕೈಗಳಲ್ಲಿ ಕತ್ತರಿ ಹಿಡಿದು,
ಬೇಡದ್ದೆಲ್ಲವನ್ನು ತೆಗೆದು ಹಾಕಿ
ಹೂವುಗಳನ್ನೇ ದಿಟ್ಟಿಸುವ ಕಣ್ಣ ಹೊಳಪು
ಹೂವಿನಷ್ಟೇ ಚೆಂದ.
ಕೆಲವೊಮ್ಮೆ ಏನು ಮಾಡದಿದ್ದರೂ
ಕತ್ತರಿ ಹಿಡಿದು ಬರುತ್ತಾಳೆ
ಕೂತು ಹೂಗಳನ್ನೇ ಮಾತಾಡಿಸುತ್ತಾಳೆ.

ಬೆಳಗ್ಗೆ ಕೆಲಸಕ್ಕೆ ಹೋಗುವ ಮುಂಚೆ
ನಾನೂ ಒಮ್ಮೆ ಹೂಗಳತ್ತ ನೋಡುತ್ತೇನೆ
ಅದೇ ಬಣ್ಣ, ಅದೇ ಹೂವು, ಅದೇ ಘಮ
ಯಾವ ಅಚ್ಚರಿಯೂ ಇಲ್ಲ
ಮಣ್ಣನ್ನು ಇಲ್ಲಿಂದ ಅಲ್ಲಿಗೆ ಹಾಕಿ,
ನೀರು ಹಾಯಿಸಿ, ಶಾಲನ್ನು ಹೊದ್ದು ಬಂದ
ಮುದುಕಿ ಮೌನದಲ್ಲಿ ಕೆಲಸ ಮಾಡುತ್ತಾಳೆ
ಹಾಗೆ ನಾಳೆಗಳಿಗೆ ಕಾಯುತ್ತ
ಮಣ್ಣನ್ನು ಮತ್ತೆ ಮತ್ತೆ ಉದುರಿಸುತ್ತ
ಕತ್ತರಿ ಹಿಡಿದು ಬರುವವಳ
ಬದುಕಿನ ಪ್ರಾರ್ಥನೆ ಅರಳುವ ಹೂವಿನಲ್ಲಿ!!!

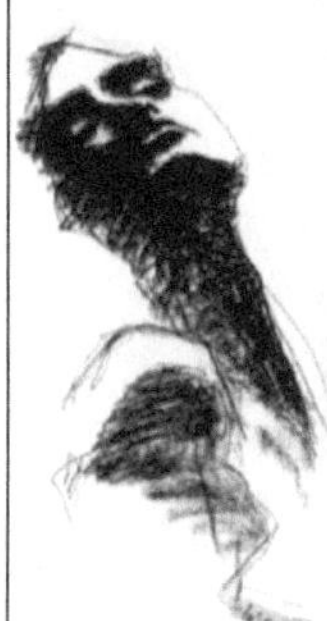

18

1.
ಮೌನದ ಗೋಡೆಗೆ ತೂಗಿಹಾಕಿದ್ದ
ಕನ್ನಡಿಯನ್ನು ದಿಟ್ಟಿಸುತ್ತಿದ್ದೇನೆ,
ಕೋಣೆಯ ತುಂಬೆಲ್ಲ ರಾಶಿ ಹಾಳೆ
ಮೂಲೆಯಲ್ಲಿ ನಿಂತ ವ್ಯಕ್ತಿ
ಶಾಯಿಯನ್ನು ಚೆಲ್ಲಿ, ನೆಲದ ಮೇಲೆಲ್ಲ
ನೆತ್ತರಲಿ ನೆಂದ ಮುಳ್ಳು!
ಚಿಕ್ಕ ಹುಡುಗನೊಬ್ಬ
ಕಿಟಕಿಯ ಮೇಲೆ ದೋಣಿಯ
ಚಿತ್ರ ಬಿಡಿಸುತ್ತಿದ್ದಾನೆ.

ಬಾಗಿಲಿಗೆ ತೂಗಿ ಹಾಕಿರುವ ಕಪ್ಪು ದಾರಗಳು.
ಮೇಜಿನ ಕೆಳಗೆ ಹಚ್ಚೇ ಇರದ ಲಾಟೀನು!

2.
ಮೌನದ ಗೋಡೆಗೆ ತೂಗಿಹಾಕಿದ್ದ
ಕನ್ನಡಿಯನ್ನು ದಿಟ್ಟಿಸುತ್ತಿದ್ದೇನೆ
ಕೋಣೆಯ ತುಂಬಾ ನನ್ನದೇ ಪತ್ರ
ನೆಲದ ಮೇಲೆಲ್ಲ ಹೂವು.
ಚಿಕ್ಕವನಿದ್ದಾಗ ಮಾಡಿದ್ದ ಕಾಗದದ ದೋಣಿ
ತೆರೆದ ಕಿಟಕಿಯ ಗಾಳಿಯಲ್ಲಿ
ತೇಲಿ ಬರುತ್ತಿದೆ

ಬಾಗಿಲಿಗೆ ತೂಗಿ ಹಾಕಿರುವ ಅಸ್ಪಷ್ಟ ನೆನಪುಗಳು.
ಮೇಜಿನ ಕೆಳಗೆ, ನಾನೆಂದು ನೋಡೇ ಇರದ ನಾನು!

3.
ಮೌನದ ಗೋಡೆಗೆ ತೂಗಿಹಾಕಿದ್ದ
ಕನ್ನಡಿ ಛಿದ್ರಗೊಂಡು
ಗಾಜಿನ ಚೂರುಗಳೆಲ್ಲ
ಚದುರಿವೆ!

4.
ಮೌನದ ಗೋಡೆಗೆ ತೂಗಿಹಾಕಿದ್ದ
ಒಡೆದ ಕನ್ನಡಿಯ
ಗಾಜು ಚೂರುಗಳು ದೇಹಕ್ಕಂಟಿ
ಹೊಳೆಯುತ್ತಿವೆ!

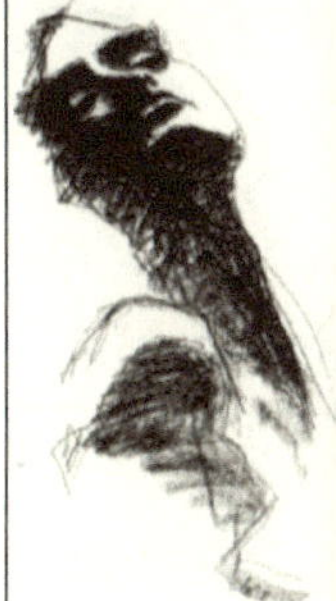

19

ನಾನು ಇತ್ತೀಚೆಗಷ್ಟೇ ಲೇಖನ ಓದಿದೆ
ಒಂದು ಕಪ್ ಕಾಫಿಯಲ್ಲಿ
ಸಾವಿರಕ್ಕೂ ಹೆಚ್ಚು ರಾಸಾಯನಿಕಗಳು
ಗುಲಾಮಗಿರಿಯ ಇತಿಹಾಸ, ರಕ್ತಪಾತ, ಅರಣ್ಯನಾಶ,
ನೂರಾರು ದೇಶಗಳ ಆರ್ಥಿಕ ಅವಲಂಬನೆ,
ಹಾಗೆಯೇ ಈ ಭೂಮಿಯ ದುರ್ಬಳಕೆ!

ಆದರೆ ಪ್ರತಿ ಸಲ ಕಾಫಿ ಹೀರುವಾಗ
ನಿರಾಳವಾಗಿ ಕೂತು
ಮಾಡಿದ, ಮಾಡಬಹುದಾದ
ಎಲ್ಲ ತಪ್ಪನ್ನು ಈ ಕಾಫಿ ಮನ್ನಿಸಿದಂತೆನಿಸಿ
ಮತ್ತೆ ಪೇಪರ್ ಓದುತ್ತೇನೆ
ಅಥವಾ ಚಹಾ ಕುಡಿಯುತ್ತೇನೆ

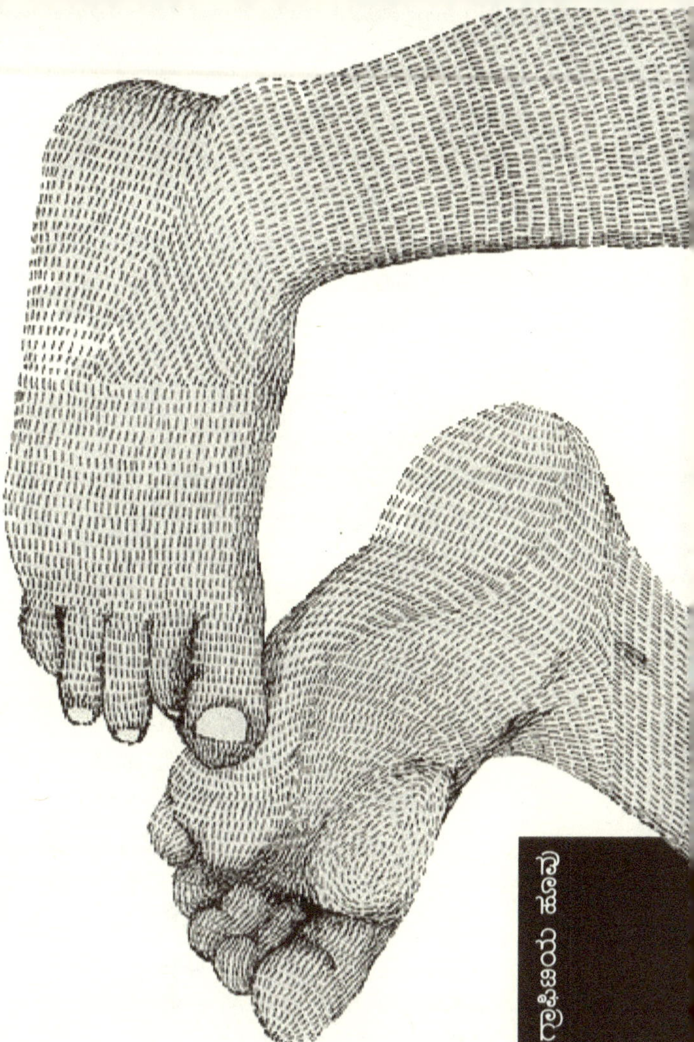

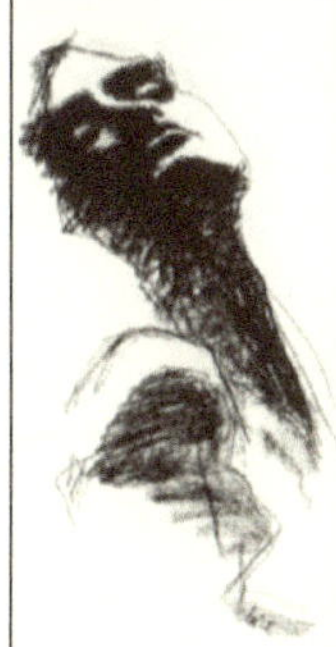

20

ಅಮೆರಿಕಾದ ಹೋಟೆಲೊಂದಕ್ಕೆ
ನೀವು ಒಬ್ಬಂಟಿಯಾಗಿ ಹೋದರೆ
ಅಥವಾ ಏಕಾಂಗಿ ಎನಿಸಿದರೆ
ನಿಮ್ಮ ಟೇಬಲ್ಲಿನ ಮೇಲೆ ಗೋಲ್ಡ್‌ಫಿಶ್‌ಗಳಿರುವ
ಗಾಜಿನ ಬಟ್ಟಲೊಂದನ್ನು ತಂದಿಡುತ್ತಾರೆ
ನೀವು ತಿನ್ನುತ್ತಲೇ ಅದಕ್ಕೆಂದೇ

ಇರುವ ಆಹಾರ ಕೊಡಬಹುದು
ಆದರೆ ಹೋಟೆಲ್ಲಿನ ನಿಯಮದಂತೆ
ಅದಕ್ಕೊಂದು ಒಳ್ಳೆಯ ಹೆಸರಿಡಬೇಕು!
ಲಹರಿಯಲ್ಲಿ ಬಂದ ಚಿನ್ನ, ಬಂಗಾರ,
ಸ್ವೀಟಿ, ಗೋಲ್ಡಿ ಹೆಸರುಗಳ ಈಗಾಗಲೇ ಇಟ್ಟಾಗಿದೆ

ಇನ್ನು ನಿಮ್ಮ ಮನಃಸ್ಥಿತಿಗೆ ಹೋಲುವಂಥ
ಹೆಸರುಗಳನ್ನಿಡಬಹುದು
'ಈ ಜಗತ್ತು ನನಗೇಕಿಷ್ಟು ಕ್ರೂರ'
'ನನ್ನನ್ಯಾರು ಏಕೆ ಅರ್ಥಮಾಡಿಕೊಳ್ಳುತ್ತಿಲ್ಲ' ಹೀಗೆ..
ಈ ಹೆಸರುಗಳು ಮೀನಿಗೆ ಇಷ್ಟವಾದೀತೋ ಇಲ್ಲವೋ

ನೀವು ಗಾಜಿನ ಬಟ್ಟಲನ್ನು ಹತ್ತಿರದಿಂದ ನೋಡಿ
ಅವನ್ನು ಮಾತಾಡಿಸಬಹುದು!
ಕೈಬೆರಳುಗಳ ಗಾಜಿಗೆ ತಾಗಿಸಿ
ನೀರಲ್ಲಿ ಅದರ ಚೂಟಿತನವ ಕಾಣಬಹುದು
ನಿಮ್ಮ ಜಗತ್ತು ಅದಕ್ಕೆ ತಿಳಿದೀತೋ ಇಲ್ಲವೋ
ನೆನಪಿಡಿ, ಈ ಗಾಜಿನ ಬಟ್ಟಲಿಗೆ ಎರಡು ಬದಿಗಳಿವೆ.

ನಿಮಗೆ ಸಾಕೆನಿಸಿದ ಮೇಲೆ
ಬಟ್ಟಲ ಅಲ್ಲಿಯೇ ಬಿಟ್ಟು, ಒಂಟಿತನಕ್ಕೆ ಬೆಲೆಕಟ್ಟಿ
ನಿಮ್ಮೊಳಗಿನ ಗಾಜ ಬಟ್ಟಲಿನ ಮೀನುಗಳ
ಏಕಾಂಗಿತನಕ್ಕೆ ನಿಮ್ಮ ಹೆಸರಿಟ್ಟು
ನೀರಲ್ಲಿ ತೇಲಿಬಿಡಬಹುದು

21

ಗ್ರೆನೊಬಲ್ ನಗರದ ಫುಟ್ಪಾತಿನ
ಬಿರುಕುಗಳಲ್ಲಿ ಬಣ್ಣಗಳು ಮೆತ್ತಿಕೊಂಡಿವೆ
ಗೋಡೆಗಳ ಮೇಲೆಲ್ಲ ಗೀಚುಬರಹ!
ಅಪಾರ್ಟ್‌ಮೆಂಟಿನ ತುಸು ದೂರದಲ್ಲೇ
ನಿರಾಶ್ರಿತ ಮಹಿಳೆಯೊಬ್ಬಳು
ಹರಕು ಕಂಬಳಿಯ ಹೊದ್ದು ಮಲಗುತ್ತಾಳೆ.
ತೇಲುಗಣ್ಣಿನ ಹುಡುಗರು
ಸೇತುವೆಗಳ ಮೇಲೆ ಕುಳಿತು, ಕಾಲು ಇಳಿಬಿಟ್ಟು
ಸಿಗರೇಟಿನ ಹೊಗೆಯಲ್ಲಿ ಕಥೆಗಳ ಬಚ್ಚಿಡುತ್ತಾರೆ.

ಹುಲ್ಲ ಮೇಲೆ ಕಂಬಳಿಯ ಹಾಸಿ,
ವೈನ್ ಕುಡಿಯುತ್ತ, ಚೀಸ್ ತಿನ್ನುತ್ತ.
ಇಳಿ ವಯಸ್ಸಿನವರೆಲ್ಲ
ವಿದೇಶಗಳಿಂದ ಬಂದ ನಮ್ಮಂಥವರ
ಹುಸಿನಗೆಯಲ್ಲಿ ಬರಮಾಡಿಕೊಂಡು
ಫ್ರೆಂಚಿನಲ್ಲಿ ಮಾತು ಮುಂದುವರೆಸುತ್ತಾರೆ!

ನೈಟ್‌ಕ್ಲಬ್ಬಿನ ಕುಡುಕರು
ಅಪರಿಚಿತರ ಮನೆಯಲ್ಲಿ ಮಲಗಿ
ಖಾಲಿ ಭಾವನೆಗಳಿಗೆ ಎಚ್ಚರಗೊಳ್ಳುತ್ತಾರೆ
ನಗರದ ಬೀದಿ ದೀಪಗಳಿಗೆ
ಕತ್ತಲ ಕವಿತೆಗಳ ಮಾತ್ರ ಬೆಳಗುವುದು ಗೊತ್ತು
ವೋಡ್ಕಾ ಬಾಟಲ್ಲಿನ ಚೂರುಗಳ ಕತೆಗಳನ್ನಲ್ಲ

ಬೆಳಗ್ಗೆ ಎದ್ದು ಆಫೀಸಿಗೆ ಹೋಗುವ ದಾರಿಯ
ಗೋಡೆಗಳಲ್ಲೆಲ್ಲ ಗೀಚುಬರಹ!
ಬಹುಶಃ ಎಲ್ಲ ಬಣ್ಣಗಳನ್ನು ಹೊತ್ತು ತಂದ
ಅವನದೇ ಈ ಕೆಲಸ!

ಗೋಡೆಯ ಮೇಲೊಂದು ಪಾರಿವಾಳ
ಶಾಂತಿಯ ಸಂಕೇತ!
ಪಾರ್ಕ್‌ಬೆಂಚಿನ ಮೇಲೆ ಮಕ್ಕಳ ನಗು ಮುಖ
ಹುಲ್ಲುಹಾಸಿನ ಮೇಲೊಂದು ಹೃದಯ
ಪ್ರೇಮಿಗಳಿಗೆ ಇಷ್ಟವಾಗಬಹುದು!

ನಗರದ ಕತ್ತಲೆಯ ಬಣ್ಣಗಳನ್ನು
ಸೂರ್ಯ ಮರೆಮಾಡುತ್ತಾನೆ.
ಇವನು ಬಣ್ಣಗಳ ತುಂಬುತ್ತಾನೆ
ನಿರಾಶ್ರಿತರು ಸಂತೆಯಲ್ಲಿ ಒಬ್ಬರಾಗುತ್ತಾರೆ
ನನ್ನಂತಹ ಆಗಂತುಕರು ಫೋನಿನಲ್ಲಿ
'ಗ್ರಾಫಿಟಿ'ಗಳನ್ನು ಸೆರೆಹಿಡಿದು
ಬಣ್ಣ ಮಾಸಿದ ಒಂಟಿತನಕ್ಕೆ
ಒಂಚೂರು ನೆಮ್ಮದಿ ದಕ್ಕಿಸಿಕೊಳ್ಳುತ್ತಾರೆ

ಎಂದಿನಂತೆ ಅವನು ಇಡೀ ನಗರವನ್ನು
ಒಂದು ಗ್ರಾಫಿಟಿಯ ಹೂವಾಗಿಸಿ
ಈ ನಗರಕ್ಕೆ ಮತ್ತು ಮಳೆಗೆ
ಅದರ ಇರುವಿಕೆಯನ್ನು ಬಿಟ್ಟುಬಿಡುತ್ತಾನೆ

22

ನನ್ನ ಮಾತು ಇಲ್ಲಿ ಯಾರಿಗೂ ಅರ್ಥವಾಗುವುದಿಲ್ಲ.
ಬಹುಶಃ ಬೆಳೆದ ಜಾಗದಿಂದ ಹೊರಹಾಕಿ,
'ಬೇರೆಲ್ಲೋ ಬದುಕುತ್ತಾರೆ ಬಿಡು' ಎಂದು
ನಿಮ್ಮ ಬೇರುಗಳನ್ನು ಕತ್ತರಿಸಿದ ಅವರ
ಉದ್ಧಟತನದ ಬಗ್ಗೆ ನಿಮಗೆ ಅರಿವಿಲ್ಲ.
ನೀವೀಗ ಯೋಚಿಸುತ್ತಿರಬಹುದು
ಇಲ್ಲಿ ನೀರು ಕುಡಿಯುವುದಕ್ಕೆ ನನ್ನ ಹಕ್ಕಾದರೂ ಏನು?
ಈ ನೆಲವನ್ನೇ ಮನೆಯೆಂದುಕೊಂಡರೂ
'ನೀನು ಇಲ್ಲಿಯವನಲ್ಲ' ಎಂದು ಸಾರಿ ಹೇಳುವ
ದೇಶದವರನ್ನು ಮನುಷ್ಯರೆನ್ನಲು ಹೇಗೆ ಸಾಧ್ಯ?
ಸಹಪಾಠಿಗಳು ಪರದೇಸಿ ಎಂದು ಕರೆದಾಗ
ಅವರಾಡುವ ಮಾತು ನನಗೂ ತಿಳಿಯುತ್ತದೆ
ಎಂದೇಕೆ ಅವರಿಗೆ ತಿಳಿಯುವುದಿಲ್ಲ?
ಹಸಿವು ಎಲ್ಲರಿಗು ಒಂದೇ ಅಲ್ಲವೇ?
ನನ್ನ ಕಾಲುಗಳು ಅವರಿಗಷ್ಟೇ ಗೊತ್ತಿರುವ
ದಾರಿಗಳಲ್ಲಿ ಸಂಚರಿಸದೇ ಇರಬಹುದು.
ಆದರೇನು? ಇಷ್ಟು ವರುಷ ಇದೇ ನೆಲದಲ್ಲಿ
ನನ್ನ ಕನಸುಗಳ ಬಿತ್ತಿದ್ದೇನೆ.

ಕೆಲವೊಮ್ಮೆ ಈ ಕಾಂಕ್ರೀಟ್ ಗೋಡೆಗಳಲ್ಲಿ ಹುದುಗಿ
'ಇನ್ನೂ ಬದುಕಿದ್ದೇನೆ' ಎಂದು ಕಿರುಚಬೇಕೆನಿಸುತ್ತದೆ.
ಆದರೇನು? ನನ್ನ ದೇಹ ಒಂದೇ ನೆಲದ ಹೂವಲ್ಲ
ಯಾರ ಭೂಮಿ ಅಥವಾ ಯಾವ ಆಕಾಶ ನನ್ನದು?
ಯಾವ ಸಮುದ್ರ ಅಥವಾ ಗಾಳಿ ನನ್ನದು?
ನಾನು ಒಬ್ಬನೋ ಅಥವಾ ಹಲವೋ?

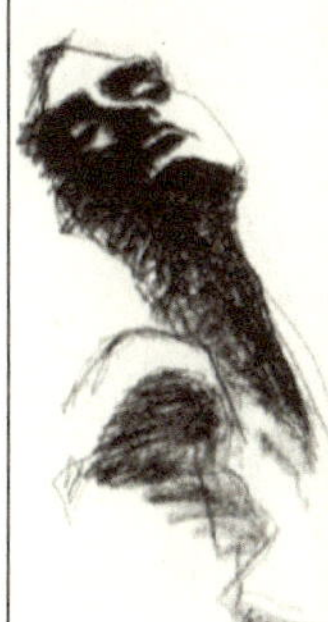

ಬೆರೆತುಹೋಗದ ಜಗತ್ತುಗಳ ಬೆಸೆದಿರುವ
ಸೇತುವೆ ನಾನೆಂದು ತಿಳಿಯಲು
ಖುಷಿ ಮತ್ತು ದುಃಖ ಏಕಕಾಲಕ್ಕೆ ಆಗುತ್ತದೆ.
ಕಂಬಳಿಯ ಕೆಳಗೆ ದೂಡಿದ ಹಲವಾರು ಧೂಳಿನ
ಕಣಗಳಲ್ಲಿ ನಾನೂ ಒಬ್ಬನೆಂದು,
ತಂದೆ ತಾಯಿಗಳಿಂದ ದೂರವಾದ ಮಕ್ಕಳಲ್ಲಿ
ನಾನೂ ಒಬ್ಬನೆಂದು ನನಗೆ ತಿಳಿದಿದೆ.
ನನ್ನದೇ ಹಲವುಗಳಲ್ಲಿ ಯಾವುದನ್ನಾರಿಸಿಕೊಂಡು
ನಾನಾಗಬೇಕೆಂದು ತಿಳಿಯುತ್ತಿಲ್ಲ!

23

ಈ ಸುಕ್ಕುಗಟ್ಟಿದ ಬೆರಳುಗಳು
ವಯಸ್ಸಿನ ಹಂಗಿಗೆ ಸಿಲುಕಿವೆ.
ಯೌವ್ವನದ ದೋಣಿಗಳು
ಬೂದು ಬಣ್ಣದ ನದಿಯಿಂದ
ಬಿಳಿಯ ಸಾಗರಕ್ಕೆ ಹಾದು ಬಂದ ಅಲೆಗಳನ್ನು
ಅಸ್ಪಷ್ಟ ದಿನಗಳಲ್ಲಿ ಮರೆತು ಹೋದ ಪದಗಳನ್ನು
ತೀರಕ್ಕೆ ಅಪ್ಪಳಿಸುತ್ತಿವೆ.
ಆದರೆ ಈ ಜಗತ್ತಿನ ಬೆರಳುಗಳಿಗೆ
ಇನ್ನೂ ಸುಕ್ಕು ಹಿಡಿದಿಲ್ಲ
ದನಿಗಳು ನಡುಗುತ್ತಿಲ್ಲ.
ಸುಡು ಬೇಸಿಗೆಯಲ್ಲೂ ಮಂಜಿನ ಕನ್ನಡಿಗಳ
ಮೂಲೆ ಮೂಲೆಯಲ್ಲಿರಿಸಿ
ಮರದ ತೊಗಟೆಯಂತೆ ಉದುರುತ್ತಿರುವ
ಕಾಲವನ್ನು ಗೆದ್ದಲುಗಳಡಿಯಲ್ಲಿ ನೂಕಿದ್ದಾರೆ
ಮರಳ ಕಣವ ಕೈ ಬೆರಳಲ್ಲಿ ಹಿಡಿದು
ಹೂತುಹೋಗಿರುವ ನೆನಪ
ನೋಡಿ ನಗುತ್ತಾರೆ.
ಸುತ್ತಲಿನ ಗಾಳಿ, ಬೆಳಕು, ಮಳೆ
ಬದಲಾಗುತ್ತಿರುವ ಅರಿವು ಇದ್ದಂತಿಲ್ಲ
ಕೀಲು ನೋವಿನಲ್ಲಿ, ಹೊಳಪಿಲ್ಲದ ಕಣ್ಣಿನಲ್ಲಿ,
ಕಾಣಸಿಗದ ನೋವನ್ನು
ಈ ಜಗತ್ತು ತೀರದ ಮೌನವಾಗಿಸಿದೆ

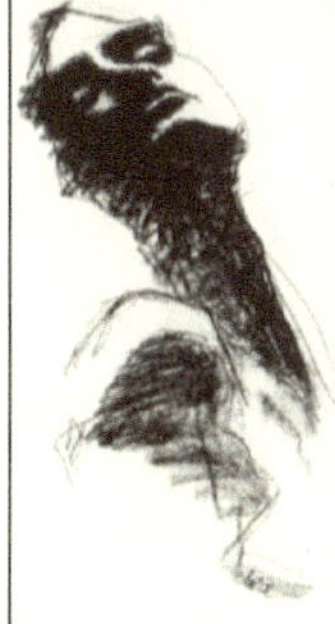

24

ಮುಂಜಾವಿಗೆ ತೆರೆದುಕೊಂಡ
ಕಿಟಕಿಯ ಪಕ್ಕದಲ್ಲೇ ಕೂತಿದ್ದಾಳೆ.
ಇವಳನ್ನು ನೋಡಲೆಂದೇ ಬಂದಂತೆ
ಸೂರ್ಯನ ಕಿರಣಗಳು ಇಣುಕುತ್ತಿವೆ.
ಮಲಗಿದ್ದ ಮಗುವಿನ ನಿದ್ದೆ ನಲುಗದಂತೆ
ಹೊದಿಸುವ ಕಂಬಳಿಯ ಹಾಗೆ, ಹಾಗೆ
ಮೆಲ್ಲಗೆ ಕಣ್ಣರೆಪ್ಪೆಗಳು ಮುಚ್ಚಿಕೊಳ್ಳುತ್ತಿವೆ.
ನಿದ್ದೆಯಲ್ಲಿ ಹೊರಳಿ ಎದ್ದು, ಎದ್ದು ಹೊರಳಿ
ಗಲ್ಲ ಅವಳೆದೆಗೆ ತಾಕಿ, ತಲೆಯ ಮೇಲೆತ್ತಿ,
ಕುರ್ಚಿಗೆ ಒರಗಿಸಿ, ಕೈಲಿರುವ ಪುಸ್ತಕವ
ಓದಲು ಹೆಣಗುತ್ತಿದ್ದಾಳೆ.
ಹಠಾತ್ತನೆ ಕಣ್ಣುಗಳ ಅಗಲಿಸಿ
ನಗುತ್ತಾಳೆ ಏನೋ ಸಿಕ್ಕಂತೆ!
ಹೊರಗೆ ಕಾರ್ಮೋಡ ಕವಿದು,
ಗುಡುಗುಡುಗಿಗೆ ಎಚ್ಚರಗೊಂಡು
ದೂರದ ಊರನ್ನು ದಿಟ್ಟಿಸುತ್ತ
ಹಳೆನೆನಪುಗಳು ಸುರಿಸಬಹುದಾದ ಮಳೆಗೆ
ಕಣ್ಣುಗಳು ಒಂಚೂರು ತೇವಗೊಳ್ಳುತ್ತವೆ.
ಒಣಗಿದ್ದ ಕೆಂಪು ತುಟಿಗೆ
ಎಂದೋ ಸಿಕ್ಕಿದ್ದ ಮುತ್ತಿನ ನೆನಪು
ಆ ದಿನವೂ ಮಳೆ ಸುರಿದು
ಎದೆಯೊಳಗೆ ಬಚ್ಚಿಟ್ಟ ಪತ್ರಗಳು
ಒಂದೊಂದೇ ಕೊಚ್ಚಿಹೋಗಿದ್ದವು
ಶಾಯಿ ಈಗ ಮಾಸಿದೆ. ಪುಸ್ತಕದ ಹೂ
ಬಹಳ ಹಿಂದೆಯೇ ಬಾಡಿದೆ.
ನಿಜ, ಕಥೆಯ ಅನಾವರಣ ಪುಟಗಳಲ್ಲಿ
ಆದರೆ ಎದುರಿರುವ ಪುಸ್ತಕ ಈಗ ಮುಚ್ಚಿದೆ!

25

ಜಗತ್ತನ್ನು ನಿಬ್ಬೆರಗಾಗಿ ನೋಡುತ್ತೇನೆ...
ಬಿದ್ದು ಹೋದ ಕನಸುಗಳಂತೆ
ಚದುರಿದ ಇಟ್ಟಿಗೆಗಳು.
ಹಸಿದ ನಗರಕ್ಕೆ ಇಟಾಲಿಯನ್
ಮೆಕ್ಸಿಕನ್ ರೆಸ್ಟೋರೆಂಟ್‌ಗಳು!
ಕಪ್ಪು ರಸ್ತೆಗಳ ದಾಟುತ್ತಿರುವ ಬರಿಗಾಲು
ಮೂಲೆಯ ಸಿಗ್ನಲ್ಲಿನ ಬಣ್ಣಗಳನ್ನೇ
ತುಂಬಿಕೊಂಡ ಹುಡುಗನ ಶರ್ಟು
ಕಾರಿನ ಕಿಟಕಿಯಿಂದಲೇ ನಿರಾಕರಿಸುವ ಕಣ್ಣುಗಳು.
ಈಗೀಗ ಹುಡುಗನ ಪೆನ್ನುಗಳಿಗೆ ಹಾಳೆಗಳಿಲ್ಲ.
ಇವನ ದೂರದ ಗೆಳೆಯರು
ಶಾಲೆ ಪುಸ್ತಕದ ಮುಂದಿನ ಪುಟಗಳ
ಯುದ್ಧಗಳಲ್ಲಿ ಬರೆಯುತ್ತಿದ್ದಾರೆ.
ತೇಲಿಬಿಟ್ಟ ದೋಣಿಗಳು ಚರಂಡಿಯಲ್ಲಿ!

ಎಲ್ಲವೂ ಮಬ್ಬು, ಕ್ಷುಲ್ಲಕ
ಕೆಲವೊಮ್ಮೆ ಕಣ್ಣು ಮುಚ್ಚಿಕೊಳ್ಳುತ್ತೇನೆ
ಈ ಜಗತ್ತು ಕಾಣದಂತೆ!

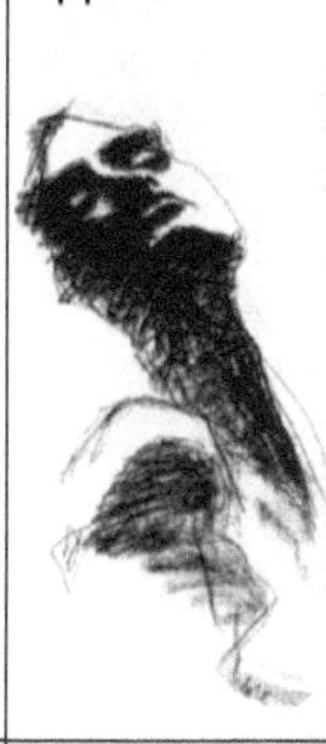

26

ಎಂದಿನಂತೆ ಧಗಧಗನೆ ಉರಿವ ನನ್ನ ಆಫೀಸಿಗೆ
ಗುರಿಯಿದ್ದರೂ ಗೊತ್ತಿಲ್ಲದೇ ಅಲೆವ ರೈಲಿನಲ್ಲಿ,
ಕಿಟಕಿಯಿಂದಾಚೆ ಸಿಗುವ ಉತ್ತರಗಳಿಗೆ
ಮತ್ತಷ್ಟು ಪ್ರಶ್ನೆಗಳ ಜೋಡಿಸುತ್ತ
ಮಂಜುಗಟ್ಟಿದ ಅದದೇ ದಾರಿಯಲ್ಲೇ ಪಯಣ

ಯಾರೋ ಕಾಣಲು ಬಂದಂತನಿಸಿ
ಸ್ಟೇಷನ್ನಿಂದ ಹೊರಗೆ ಬರುತ್ತಲೇ
ಗಾಳಿಗೆ ತೂಗುವ ಪರಕೀಯ ಎಲೆಗಳು.
ಎಲ್ಲವನ್ನೂ ಮರೆಸಿಯೂ
ನೆನಪಿಸುವ ಡಾಂಬರಿನ ರಸ್ತೆ
ನಗುತ್ತಲೇ ದಿಕ್ಕುತಪ್ಪಿಸುವ ಆಫೀಸಿನವರು!

ಬೇಲಿಯಿಂದಾಚೆ,
ಹಾಳೆಯನ್ನು ಹರಿದು, ಹರಿದೂ
ಕವಿತೆ ರಚಿಸುತ್ತಿರುವ ಪುಟ್ಟ ಕವಿ
ರಸ್ತೆಗೆ ದಕ್ಕಿರುವ ಅನಂತ ಮೌನ

ಬೆಚ್ಚನೆಯ ಶವಾಗಾರಕ್ಕೆ ಆತುಕೊಂಡ ಬೂದಿ
ನೆಲದ ಮೇಲಿರುವ ಮಂಜುಗಡ್ಡೆ!
ಹಸಿರು ನೋಟಿನ ಇಂಕಿನಲ್ಲೇ
ಮರೆಯಾಗಿರುವ ಬಿಸಿಬಿಸಿ ಬೇಸಿಗೆ!

ಕನಸಿನ ಕಟ್ಟಡಗಳು, ಭವ್ಯ ಮನೆಗಳು
ಎಚ್ಚರದಿಂದಲೇ ದಾಟಬೇಕಾದ ಹಳಿ
ರೈತನೇ ಕಾಣಸಿಗದ ಹೊಲ ಗದ್ದೆ
ಕಾರುಗಳೇ ಇಲ್ಲದ ಪಾರ್ಕಿಂಗ್‌ಲಾಟ್!

ಆಫೀಸಿನ ಬಾಗಿಲಿಗೆ ನಾವೇ ತೂಗಿ
ತೆರೆಯುವ ಬೀಗ
ನನ್ನದು ದಿನವೂ ಅದೇ ದಾರಿ
ಅದೇ ಧ್ಯಾನ, ಅದೇ ಮೌನ !

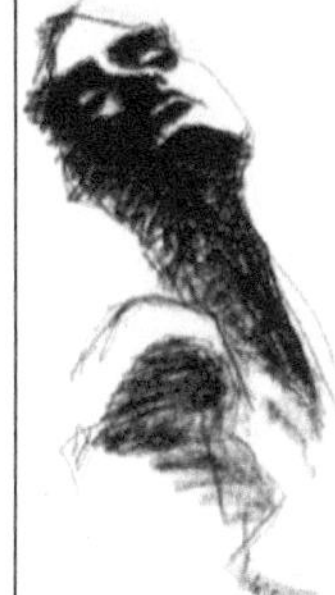

27

ನಿನ್ನ ಪ್ರೀತಿ ಅಲೆಗೆ ಸಿಕ್ಕ
ಕಡಲ ತೆರೆಯ ಮರಳಿನಂತೆ
ಬದಲಾಗುತ್ತಲೇ ಉಳಿಯುತ್ತೇನೆ
ನಿನ್ನದು ಹಸಿವು
ನನ್ನದು ದಣಿವು
ಸಾಯುತ್ತಲೇ ಬದುಕುತ್ತೇನೆ

*

ಮೊದಲಿನಂತೆಯೇ
ನಾವಿಂದು
ಪ್ರೀತಿಯ ಹಾದಿಯಲ್ಲಿ
ಏಕಾಂತದ ಅನಾಮಿಕರು

*

ಅಲ್ಲೆಲ್ಲೋ ದೂರದ ಪುಟಗಳ
ನಡುವಿಂದ ಬೀಳುತ್ತಿರುವ ಹೂ ಪಕಳೆ,
ಇಲ್ಲೊಂದು ಧೂಳ್ಹಿಡಿದ ಗ್ರಂಥಾಲಯದ ಬಡು.
ಕಿಟಕಿಯಿಂದಾಚೆಗೆ ನೋಡಿದಷ್ಟೂ
ಒಲವಿನ ಹೂಗಳೇ!

*

ಇತ್ತೀಚೆಗಷ್ಟೇ ನಿನ್ನ ನೆನಪುಗಳನ್ನೆಲ್ಲ
ಅಡಗಿಸಿಟ್ಟ ಕ್ಯಾಸೆಟ್ಟಿನ ಟೇಪು ಸಿಕ್ಕಿದೆ
ಚಂದ್ರನಂತೆ ಹೃದಯ ಪ್ರತಿ ಮೌನವ ಸುತ್ತುತ್ತಿದೆ
ಅದಕ್ಕೆ ಯಾವುದರ ನೆನಪಿಲ್ಲ
ಮತ್ತದು ಸುತ್ತುವುದನ್ನು ಬಿಡುವುದಿಲ್ಲ.

*

ಇವಳು ಹೀಗೆ
ಏಕಾಂತಕ್ಕೆ ನೂಕಿ
ನಕ್ಷತ್ರಗಳ ಹಾದಿಯನ್ನು
ಎದೆಗೆ ತುಂಬುತ್ತಾಳೆ

28

ಈ ಗೋಡೆಗಳಾಚೆ
ಕಾಣುವ ಜಗತ್ತಿಗೆ ದಣಿವಾಗಿದೆ
ನೀವು ಬದುಕುವ ಒಂದೊಂದು ಗಳಿಗೆಗೂ
ಅಸ್ತಿತ್ವವಿರುವುದು ಈ ಕೋಣೆಯಲ್ಲಿ ಮಾತ್ರ!
ಹೊರಗೆ ನೀವೇ ಕಟ್ಟಿದ್ದ ಕನಸುಗಳು ಗಿರಕಿ
ಹೊಡೆದು ಕಣ್ಣಿನ ಬಿಂಬಗಳ ಅಳಿಸಿಹಾಕಿವೆ
ದೂರದಲ್ಲಿ ಹರಿಯುತ್ತಿರುವ ನದಿಯು
ತನ್ನನ್ನೇ ಹೊತ್ತು ತಿರುತಿರುಗಿ
ಕಾಯುವಿಕೆಯ ದಡದಲ್ಲಿ ದಣಿದಿದೆ
ಸೂಟ್‌ಕೇಸಿನಲ್ಲಿ ಅವಿತ ಪ್ರಶ್ನೆಗಳು
ಅನಂತತೆಯಲ್ಲಿ ಮುಳುಗಿವೆ
ಮಣ್ಣಿನೊಳಗೆ ಹೂತಿಟ್ಟ ದೇಹಗಳು
ಆಕಾಶಕ್ಕೆ ಚಾಚಿದ ಮರಗಳಾಗಿ ಸೋತಿವೆ
ನಿಮ್ಮ ನೋವುಗಳ ತೊಟ್ಟ ಮೋಡದ ಬಣ್ಣ
ಮಳೆ ನೀರಿನ ಆರ್ದ್ರತೆಗೆ ಮಾಸಿಹೋಗಿದೆ
ಕೋಣೆಯಲ್ಲಿರುವ ಕನ್ನಡಿ
ನಿಶ್ಚಲ ಬದುಕಿಗೆ ಬೇಸತ್ತು ಚೂರಾಗಿದೆ.

> ಗೋಡೆಗಳನ್ನು ಒಡೆದು ಸೇತುವೆಗಳ ಕಟ್ಟಬೇಕು
> ಸೇತುವೆಗಳ ಸುಟ್ಟು ಗೋಡೆಗಳ ಮೀರಬೇಕು.
> ಎಂದೋ ಒಮ್ಮೆ ಹೊರ ಜಗತ್ತು
> ನಿಮ್ಮನ್ನು ನಿಬ್ಬೆರಗಾಗಿ ನೋಡುತ್ತದೆ

ಕೋಣೆಯ ತುಂಬೆಲ್ಲ ತೂಗು ಹಾಕಿದ ಕವಿತೆ
ಗೋಡೆಯ ಮೇಲೆ ಅರಳಿದ ಹೂವು
ನೀವು ಮತ್ತು ದಣಿವು!

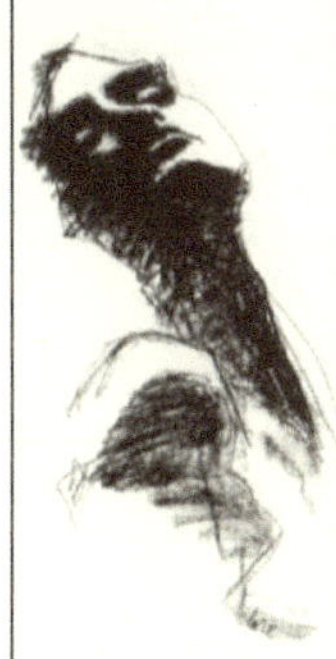

29

ಹೀಗೆ ಯಾವುದೋ ಒಂದು 'ಕ್ಯಾಂಪ್ ಫೈರ್'ಗಾಗಿ
ನೆಲದ ಮೇಲೆ ಹರಡಿದ್ದ ರೆಂಬೆ ಕೊಂಬೆಗಳನ್ನೆಲ್ಲ
ತಂದು ಒಟ್ಟಾಗಿ ಸುರಿದು ಸುಟ್ಟು ಹಾಕುತ್ತೇವೆ
ಧಗಧಗಿಸುವ ಬೆಂಕಿಗೆ ನೋವ ಕತೆಗಳ ಸುರಿದು.

ಒಂದಷ್ಟು ವಿಸ್ಕಿ ಅಥವಾ ಬ್ರಾಂದಿಗೆ
ಹಳೆ ಹುಡುಗಿಯ ನೆನಪುಗಳನ್ನೋ
ಬದುಕಿನ ಒಂಟಿತನವನ್ನೋ ಬೆರೆಸಿ
ಬೆಚ್ಚಗಿನ ಬೆಳಕಿನ ಹಾಡಿಲ್ಲಿ ಕುಣಿದು ಕುಡಿದು
ಮತ್ತದೇ ನೆಲದ ತುಂಬೆಲ್ಲ ಅಮಲಿನ ಬೂದಿ.

ನೋಡುನೋಡುತ್ತ ಸುತ್ತ ಮುತ್ತಿದ್ದ ಮರಗಳೆಲ್ಲ
ಒಟ್ಟಿಗೆ ಸೇರಿ ಯಾವುದೋ ಸುಟ್ಟ ದೇಹವೆಂಬಂತೆ
ರೆಂಬೆ ಕೊಂಬೆಗಳನ್ನೆಲ್ಲ ಬಾಗಿಸಿ ಸ್ಮಶಾನ ಮೌನ
ದೂರದಲ್ಲಿ ಬೀಸುವ ಗಾಳಿಗೆ ನೆಲದ ಮೇಲೆ
ಹರಡಿದ ಕೆಂಡಹೊಗೆಯ ಅನಾಥ ನರ್ತನ!

ಪಕ್ಕದ ಟೆಂಟಿನೊಳಗೆ ಚೀನಾದ ಬಲ್ಬ್ ಹೊತ್ತಿಸಿ
ಸ್ಲೀಪಿಂಗ್ ಬ್ಯಾಗಿನೊಳಗೆ ಕಾಲಿಟ್ಟು
ಬ್ರ್ಯಾಂಡೆಡ್ ಕನಸಿನ ನಿದ್ದೆಯಲ್ಲಿ
ಈಗಷ್ಟೇ ಸುಟ್ಟುಹಾಕಿದ ಮೂಳೆಗಳ ಸದ್ದು

ಪುಸ್ತಕದಲ್ಲಿ ಅರಳಿದ ಕವಿತೆಗೂ
ಹಾಳೆತುಂಬೆಲ್ಲ ಬೀಳುತ್ತಿರುವ ಹೆಣಗಳ ಅರಿವಿಲ್ಲ!

30

ನಿಮ್ಮ ಅರಿವೇ ಇಲ್ಲದೆ
ನೀವು ಮಲಗಿದ್ದಾಗ ಗಾಜಾಗಿರುತ್ತೀರಿ
ಕೈಕಾಲುಗಳೆಲ್ಲ ಯಾವುದೋ ಕಿಟಕಿಯ ಕಂಬಿಗಳಾಗಿ,
ಗಾಜನ್ನೇ ಉಸಿರಾಡುತ್ತಿರಬಹುದು.
ಕನಸುಗಳ ಬಣ್ಣಬಣ್ಣದ ಚೂರು ಪ್ರತಿಬಿಂಬಿಸಿ,
ಬದುಕಿನ ಹೊಳಪು ಕೋಣೆ ತುಂಬೆಲ್ಲ ಹರಡಿರಬಹುದು.
ಹೂಜಿಯೊಂದರಲ್ಲಿ ದಾರಿಯುದ್ದಕ್ಕೂ
ಸಿಕ್ಕ ನೆನಪುಗಳ ಬಚ್ಚಿಟ್ಟಿರಬಹುದು.
ಕಿಟಕಿಯ ಆ ಕಡೆ ನಿಮ್ಮದೇ ನೆರಳುಗಳು
ಆಗಾಗ್ಗೆ ಹೆದರಿಸಿರಬಹುದು.
ಕೆಲವೊಮ್ಮೆ ಅಸ್ಪಷ್ಟ ದಾರಿಯೊಂದಕ್ಕೆ
ಮೌನ ಸಾಕ್ಷಿಯಾಗಿರಬಹುದು.
ಸತ್ಯಗಳು ರಾಚಿ ಬೆತ್ತಲಾಗಿಸಿರಬಹುದು.
ಒಂದು ಕಪ್ ವೈನಿನ ಅಮಲು ನೀವಾಗಿರಬಹುದು
ಯಾರದೋ ಮನೆಯ ಷೋಕೇಸಿನಲ್ಲಿ
ನಿರಂತರವೇ ನೀವಾಗಿ ದುಃಖಿಸುತ್ತಿರಬಹುದು.

ಯಾವುದೋ ಒಂದು ಅಗಾಧ ಬೆಳಕು
ಎದೆಯನ್ನು ಸೀಳಿ ಎಚ್ಚರಗೊಂಡು
ನೋಡಿದರೆ ನೀವು ಛಿದ್ರವಾಗಿ
ನೆಲದ ಮೇಲೆಲ್ಲಾ ಬಿದ್ದಿರುತ್ತೀರಿ
ಚೂರುಗಳನ್ನೆಲ್ಲ ಆಯ್ದು
ನಿಮ್ಮ ದೇಹಕ್ಕೆ ಅಂಟಿಸಿಕೊಂಡು
ಮತ್ತೊಮ್ಮೆ ಒಡೆದುಹೋಗುವ ತನಕ
ನೀವು ಗಾಜಾಗಿಯೇ ಇರುತ್ತೀರಿ!

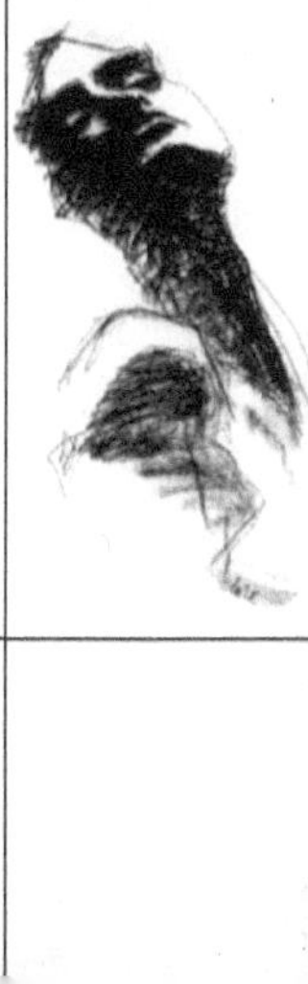

31

ಗೊತ್ತಿದೆ, ನಾನು ಏನು ಹೇಳಿದರೂ ನೀವು ನಂಬುವುದಿಲ್ಲ
ನಂಬಿಸುವುದಕ್ಕೆ ನನ್ನ ಬಳಿ ಯಾವ ವೈಜ್ಞಾನಿಕ ಪುರಾವೆಗಳಿಲ್ಲ
ಬೇರೆಯವರಿಗೆ ಹೋಲಿಸಿದರೆ ನಾನು ಹೇಳುವ ವಿಷಯಗಳೆಲ್ಲ
ನಿಮಗೆ ತೀರತೀರಾ ಭಿನ್ನವೆನಿಸಬಹುದು.
ನನ್ನ ಇಡೀ ಜೀವನ ಕಡಲತೀರವಾಗಿ ಬದುಕಿದ್ದೇನೆ
ನೆನಪುಗಳು ದಡಕ್ಕೆ ಅಪ್ಪಳಿಸಿ ನನ್ನನ್ನು ಆರ್ದ್ರವಾಗಿಸಿವೆ
ಸಮುದ್ರದೆಲ್ಲ ಕಥೆಗಳಿಗೆ ದಣಿದ ಬಂಡೆಯಂತೆ ನಿಂತು
ವಯಸ್ಸಿನ ಸುಕ್ಕು ಮುಖದ ಮೇಲೆ ಮರಳಿನಂತೆ ಮೆತ್ತಿದೆ.
ಹೆಜ್ಜೆ ಗುರುತಿನಲ್ಲಿ ಬಚ್ಚಿಟ್ಟ ಗುಟ್ಟುಗಳು ರಟ್ಟಾದಂತೆ ಅನಿಸಿಯೂ
ಆಗಾಗ್ಗೆ ಸುರಿವ ಮಳೆಯಲ್ಲಿ ನೋವಿನಂತೆ ಮರೆಯಾಗುತ್ತವೆ.
ದೂರದೂರಿಗೆ ಹೋಗಬೇಕೆನಿಸಿದರೂ
ಎದುರಿಗಿರುವ ಅಗಾಧತೆಯನ್ನೇ ನನ್ನದಾಗಿಸಿಕೊಂಡಿದ್ದೇನೆ.
ಕಡಲಿನ ಅಖಂಡ ಮೊರೆತವನ್ನೇ ದನಿಯಾಗಿಸಿಕೊಂಡಿದ್ದೇನೆ
ಪ್ರತಿ ಬಾರಿ ನೀವು ನನ್ನನ್ನು ಭೇಟಿಯಾದಾಗ
ನಿಮಗೆ ಹಲವು ಪ್ರಶ್ನೆಗಳು ಕಾಡಬಹುದು
ಆದರೆ ನನ್ನ ಬಳಿ ಹೆಚ್ಚೇನೂ ಇಲ್ಲ.
ಒಡೆದುಹೋದ ಕನ್ನಡಕ, ಉಳಿದಿರುವ ಒಂದೇ ಕಾಲಿನ ಚಪ್ಪಲಿ,
ಎಲ್ಲೋ ಹುದುಗಿರುವ ಉಂಗುರ, ಬಿದ್ದುಹೋಗುತ್ತಿರುವ ಗೂಡು.
ಹೀಗೆ ಕಳೆದುಹೋಗಲೇಬೇಕಾದ ಎಲ್ಲವೂ ಮತ್ತು ನಾನು!

32

ಈ ಎಲ್ಲಾ ವರುಷಗಳಲ್ಲಿ
ಅದದೇ ಹಾಡುಗಳನ್ನು ಕೇಳಿಸಿಕೊಂಡಿದ್ದೇನೆ
ನೀವು ಗಮನಿಸಲೇ ಇಲ್ಲ.
ಈಗಾಗಲೇ ನನಗೆ ಮೂವತ್ತಮೂರು ವರ್ಷ
ನೀವು ಕಳಿಸಿಕೊಟ್ಟ ಯಾವ ಕವಿತೆಗಳು
ಇದುವರೆಗೂ ಸಿಗಲೇ ಇಲ್ಲ

ಇಲ್ಲೇ ಎಲ್ಲೋ ಬಚ್ಚಿಟ್ಟ ನೆನಪು
ಹೂತಿಟ್ಟ ಬೀಜಗಳು ಎಂದೋ ಚಿಗುರಿರಬೇಕು,
ನನಗದು ಬೇಕಿರಲಿಲ್ಲ
ಆ ನಿಮ್ಮ ಬುಟ್ಟಿಗಳಲ್ಲಿ ಹೂವು ಸುರಿದಿರಬೇಕು
ನನಗದರ ಅರಿವಿರಲಿಲ್ಲ
ಎಲ್ಲವನ್ನು ತೋಯಿಸುವ ಪ್ರೀತಿಮಳೆಗೆ ಸಿಕ್ಕಬೇಕಿತ್ತು
ನಾನು ಸಿಕ್ಕಿರಲಿಲ್ಲ
ಗಾಳಿಗೆ ಕನ್ನಡಿ ಛಿದ್ರವಾಗಬೇಕಿತ್ತು
ಬಿಂಬಗಳು ಎದೆಗೆ ನಾಟಿ, ನೆತ್ತರು ಸುರಿದು
ನನ್ನ ಚಿತ್ರ ಬಿಡಿಸಬೇಕಿತ್ತು, ಬಿಡಿಸಿರಲಿಲ್ಲ
ನಾನು ಕಳೆದುಹೋಗುವುದಕ್ಕೆ ನಿಮಗೆ ಅನುಮತಿ
ಕೊಟ್ಟಿರಲೇಬೇಕು
ಆದರೂ ನನ್ನನ್ನು ಹುಡುಕಲು ಸಾಧ್ಯವಾಗಲಿಲ್ಲ
ಅಪರಿಚಿತನೊಬ್ಬನ ಕತ್ತರಿಗೆ ಸಿಲುಕಿ ಬೆತ್ತಲಾಗಬೇಕಿತ್ತು
ನಾನು ಆಗಲೇ ಇಲ್ಲ.

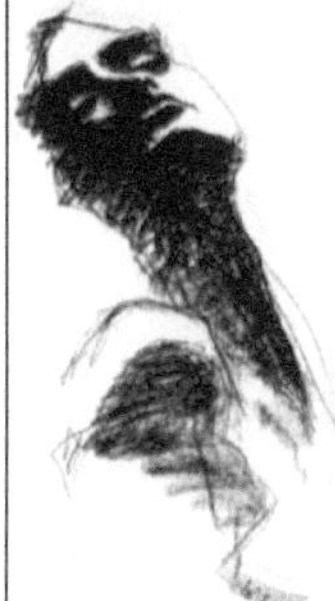

33

ಯಾರಾದರು ಏನನ್ನೋ ಯಾವಾಗಲೂ ಮರೆಯುತ್ತಿರುತ್ತಾರೆ
ನೆರೆ ಮನೆಯವರು ತಾವಿದ್ದ ಮನೆಯನ್ನು ಮರೆತು
ಹೊಸ ಮನೆಯನ್ನು ಕಟ್ಟುತ್ತಿದ್ದಾರೆ.
ಕುಡಿದ ಅಮಲಿನಲ್ಲಿ ದಾರಿ ಮರೆತ ವ್ಯಕ್ತಿಯೊಬ್ಬ
ಎದುರಿಗೆ ಸಿಕ್ಕ ಕಾರಿನ ದೀಪಗಳ ಮಾತಾಡಿಸುತ್ತಿದ್ದಾನೆ.
ಕಿಟಕಿಯನ್ನು ಹಾಕಲು ಮರೆತ ಯಾವುದೋ
ಮನೆಯ ತುಂಬೆಲ್ಲ ಮಳೆ ನೀರು.
ಕುಂಟುವ ಮುದುಕಿಗೆ ಬದುಕು ಪ್ರೀತಿಯನ್ನೇ ಮರೆಸಿದೆ.
ದಾರಿಯಲ್ಲಿ ಸಾಗುತ್ತಿರುವ ಪ್ರತಿಭಟನಾಕಾರರು
ಯಾವುದಕ್ಕಾಗಿ ಎಂಬುದನ್ನೇ ಮರೆತಿದ್ದಾರೆ
ಸಿಗುವ ಅಪರಿಚಿತರು ನಗುವುದನ್ನು ಮರೆತಿದ್ದಾರೆ.
ಕವಿ ಬರೆಯಬೇಕಿದ್ದ ಕವಿತೆಯನ್ನೇ ಮರೆತಿದ್ದಾನೆ.

ಸಮಾಜ ನಿಮ್ಮತನವ ತನ್ನ ಪದಗಳಲ್ಲಿ ಅಳಿಸಿಹಾಕಿರಬಹುದು
ಕೈಗಳಿಗೆ ಸೂರ್ಯನ ಬೆಳಕ ಹಿಡಿಯಲಾಗದಿರಬಹುದು.
ನಿಮ್ಮ ಧ್ವನಿ ನಿಮಗೇ ಕೇಳಿಸದೆ ಇರಬಹುದು
ಚಂದ್ರನಂತೆ ನೀವೂ ಕೂಡ ಏಕಾಂಗಿಯಾಗಿರಬಹುದು.
ನೀವು ನಗುತ್ತಲೇ ಅವರೆಲ್ಲರ ಮುಂದೆ ಮರೆತ ಹಾಗೆ
ನಟಿಸಬೇಕು
ಏಕೆಂದರೆ ಬದುಕೇ ಹಾಗೆ, ಮರೆತಂತೆ ಅನಿಸಿಯೂ
ಕನ್ನಡಿಯ ಬಿಂಬವಾಗಬಹುದು

34

ಪ್ರತಿ ಬಾರಿ ಯಾವುದೋ ದೇಶದ
ನಗರದಲ್ಲಿ ಅಲೆದಾಡುವಾಗ
ನೀವು ಹೆದರಬೇಕಾದದ್ದು
ಕಳ್ಳರಿಗಲ್ಲ, ಬೀದಿ ನಾಯಿಗಳಿಗಲ್ಲ
ಸುಲಿಗೆ ಮಾಡಬಹುದಾದ ಟ್ಯಾಕ್ಸಿಗಳಿಗಲ್ಲ
ಸಿಗದೇ ಇರುವ ಬಸ್ಸಿನ ಸೀಟಿಗಲ್ಲ
ರುಚಿಸದೆ ಇರುವ ಊಟಕ್ಕಂತೂ ಅಲ್ಲವೇ ಅಲ್ಲ

ಒಪ್ಪುತ್ತೇನೆ ಅಲ್ಲಿ ನಿಮಗೆಲ್ಲರೂ ಅಪರಿಚಿತರೇ
ನಿಮ್ಮ ಹೆಸರು ಯಾರಿಗೂ ಗೊತ್ತಿರುವುದಿಲ್ಲ
ಒಂಟಿಯಾಗಿ ಬೀದಿಬೀದಿ ಅಲೆಯುತ್ತಿರುತ್ತೀರಿ,
ಯಾವುದೋ ಕೆಫೆಯ ಮೂಲೆಯಲ್ಲಿ
ಕಾಫಿ ಕಪ್ಪನ್ನು ಹಿಡಿದು ಹೀರುತ್ತೀರಿ
ಶಾಪಿಂಗ್ ಮಾಲುಗಳಲ್ಲಿ ಖರೀದಿಸಿದ ವಸ್ತುಗಳ ಬೆಲೆ
ನಿಮ್ಮ ದೇಶದಲ್ಲಾಗಿದ್ದರೆ ಎಷ್ಟಿರಬಹುದೆಂದು
ಮತ್ತೆ ಮತ್ತೆ ಯೋಚಿಸುತ್ತಿರುತ್ತೀರಿ

ಮುಂಜಾವಿನ ಸೂರ್ಯನ ಬೆಳಕಿನಂತೆ ನೀವು
ಬಂದು ಹೋಗಿದ್ದರ ಯಾವ ಸುಳಿವೂ ಇರುವುದಿಲ್ಲ.
ನೀವು ಹೆದರಬೇಕಾದ್ದು ಭಾರವಾದ ಭಾವನೆಗಳಿಗೆ
ಎಲ್ಲದಕ್ಕಿಂತ ಹೆಚ್ಚಾಗಿ ನಿಮ್ಮನ್ನು ದೂರಕ್ಕೆ ನೂಕಿ
ಮತ್ತೆಂದೂ ಹಿಂದಿರುಗದಂತೆ ನೋಡಿಕೊಳ್ಳುವ
ನಿಮ್ಮೊಳಗಿನ ಒಂಟಿತನಕ್ಕೆ

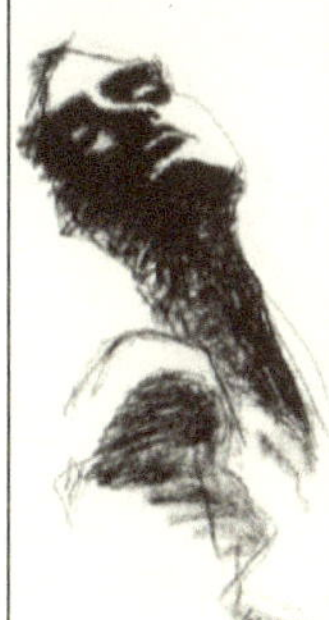

35

ಅವಳು 'ಕವಿತೆ ಬರೆದು ಕೊಡು' ಎಂದು
ಯಾವಾಗಲಾದರೊಮ್ಮೆ ನಿಮ್ಮನ್ನು ಕೇಳಬಹುದು.
ಪ್ರಪಂಚದ ಅಷ್ಟೂ ನೋವುಗಳನ್ನು ನಿಮ್ಮದಾಗಿಸಿಕೊಂಡು
ಕವಿತೆಗಳನ್ನು ಈಗಾಗಲೇ ನೀವು ಬರೆದಿರಬಹುದು
ಅಪರೂಪಕ್ಕಾದರೂ ಅವಳ ಮನಸ್ಸಿನ ಭಾವನೆಗಳಿಗೆ
ಪದಗಳ ಜೋಡಿಸಿ ಬರೆದುಕೊಡಬೇಕೆನ್ನಿಸಿದರೆ
ಉತ್ತರಕ್ಕಾಗಿ ಕಾಯುತ್ತ ತಹತಹಿಸುತ್ತಿದ್ದ
ಗಳಿಗೆಯಿಂದಲೇ ಶುರು ಮಾಡಿ.

ಬರೆದ ಮೊದಲ ಪ್ರೇಮ ಪತ್ರದಲ್ಲಿ
ನೀವು ಬಣ್ಣಿಸಿದ್ದ ಆ ಕಣ್ಣು, ತುಟಿಗಳನ್ನು ನೆನಪಿಸಿಕೊಳ್ಳಿ.
ಜೊತೆಗಿದ್ದಾಗ ಸಿಕ್ಕ ಸಂತಸದ ಚಣಗಳನ್ನು
ನಕ್ಷತ್ರ ರಾಶಿಯನ್ನು, ಆಕಾಶದ ನೀಲಿಯನ್ನು,
ಹೂವಿನ ಬಣ್ಣವನ್ನು, ಅವಳ ಮುಂಗುರುಳನ್ನು
ಹೀಗೆ ನಿಮಗೆ ತೋಚಿದ್ದನ್ನೆಲ್ಲ ಕವಿತೆಯಾಗಿಸಿ.
ಅವಳೆಲ್ಲ ಭಾವನೆಗಳು ನಿಮ್ಮದಾಗಿದ್ದು ಹೇಗೆಂದು
ಒಂದು ಪತ್ರದಲ್ಲಿ ಬರೆದು, ಬಾಕ್ಸ್‌ನಲ್ಲಿ ಹಾಕಿ
ಉಡುಗೊರೆಯಾಗಿ ರವಾನಿಸಿ!

ಬಹುಶಃ ನಿಮ್ಮ ಈ ವಿಚಿತ್ರ ವರ್ತನೆ
ಅವಳಿಗೆ ಇಷ್ಟವಾಗಬಹುದು, ಇಷ್ಟವಾಗದಿರಬಹುದು
ಕವಿತೆಗಳನ್ನು ನಿಮ್ಮಿಂದ ನಿರೀಕ್ಷಿಸುವ
ಅವಳ ಈ ಹುಚ್ಚುತನ ನಿಮಗೆ ಅತಿಯೆನಿಸಬಹುದು.
ಅವಳ ಮತ್ತು ನಿಮ್ಮ ಪ್ರೀತಿಯೇ ಹಾಗೆ
ಅರ್ಥವಾಗದೆಯೂ ಕವಿತೆಯಾಗಬಹುದು!

36

ಪಕ್ಕದ ಮನೆಯನ್ನು ಒಡೆದುಹಾಕಿ
ಹೊಸಮನೆ ಕಟ್ಟುತ್ತಿದ್ದಾರೆ.
ಕಾರ್ಮಿಕನ ಕುಟುಂಬದ
ಪುಟ್ಟ ಹುಡುಗನಿಗೆ
ಎಲ್ಲವೂ ಖುಷಿಯ ವಿಷಯವೇ!
ಮರಳು, ಕಲ್ಲು, ಇಟ್ಟಿಗೆ ಹೀಗೆ...
ನೀರನ್ನು ಕಂಡರಂತೂ ಮುಗಿದೇಹೋಯ್ತು!

ನೆತ್ತಿಯ ಸೂರ್ಯನ ತಾಪದಿಂದಷ್ಟೇ
ಬಿಸಿಯಾಗಬಹುದಾದ
ಒಂದು ಬಕೆಟ್ ನೀರು.
ಪುಟ್ಟ ಸೋಪಿನ ಬಿಲ್ಲೆಯೊಂದನ್ನು
ಖುಷಿಯಿಂದ ಮೈಗೆ ತಿಕ್ಕಿ, ನೊರೆ ಬರಿಸಿ
ಗಾಳಿಯಲ್ಲೇ ಚಿತ್ರಗಳ ಬಿಡಿಸಿ
ಅಪ್ಪನ ಆಗಾಗ್ಗೆ ಕರೆದು
'ನೋಡು, ಅಪ್ಪ ಇಲ್ನೋಡು' ಎನ್ನುತ್ತಾನೆ

ಪಕ್ಕದಲ್ಲೇ ಬಿದ್ದಿದ್ದ ಹಾಳೆಯಿಂದ
ದೋಣಿಯೊಂದ ಮಾಡಿ
ಬಕೇಟಿನಲ್ಲಿ ತನ್ನ ಬಿಂಬವನ್ನು,
ದೋಣಿಯನ್ನು ನೋಡುತ್ತ
ನೀರಿನ ಮುಗ್ಧತೆಯ ಕಂಡುಕೊಂಡ
ಪುಟ್ಟ ವಿಜ್ಞಾನಿ.
ಬರಿ ಮೈಯ್ಯಲ್ಲೆ
ರಸ್ತೆ ತುಂಬ ಅಡ್ಡಾಡಿ
ಬಕೆಟ್ ನೀರನ್ನೇ ಕುಡಿದು

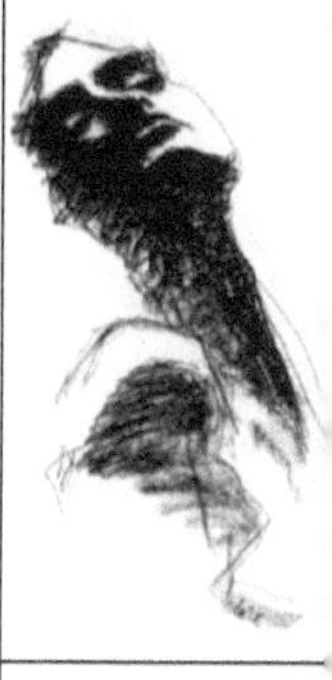

ರಸ್ತೆಯ ಆ ಬದಿಯಲ್ಲಿ ಬೆಳೆದ ಹುಲ್ಲಿಗೆ
ಉಗಿದುಗಿದು ನೀರು ಹಾಯಿಸುವ
ಪುಟ್ಟ ಪೋರ.

2
ಹೊಸ ಅಪಾರ್ಟ್‌ಮೆಂಟಿನ
ಆಧುನಿಕ ಶವರ್ ಕೆಳಗೆ ನಿಂತು
ನಿಂಬೆಹಣ್ಣಿನ ಪರಿಮಳದ
ಬಾಡಿವಾಷ್‌ನಲ್ಲಿ ಮಿಂದು
ಗ್ರೀನ್ ಟೀ ಕುಡಿದು
ಟರ್ಕಿ ಟವೆಲ್‌ನಿಂದ
ಮೈ ಒರೆಸಿಕೊಂಡರೂ
ಆ ಪುಟ್ಟ ಹುಡುಗನ
ಒಂದು ಬಕೆಟ್ ಸ್ನಾನದ
ಉಲ್ಲಾಸದ ಮುಖ ಕಾಣಲಿಲ್ಲ

37

ಸಿಕ್ಕಾಪಟ್ಟೆ ಜನ, ಟ್ರ್ಯಾಫಿಕ್, ಸೆಕೆ, ಧೂಳು
ಎಲ್ಲದರಿಂದ ದೂರವಾಗಲು ಕ್ಯಾಬ್ ಹಿಡಿದು
ಏರ್ಪೋರ್ಟ್‌ಗೆ ಹೋಗುತ್ತೀರಿ
ಯಾವುದೇ ಭಾಷೆಯ ಅರಿವಿಲ್ಲದಂತೆ ನಟಿಸುತ್ತೀರಿ
ಗೊತ್ತು, ಗುರಿ ಇಲ್ಲದ ದೇಶಕ್ಕೆ ಹಾರುತ್ತೀರಿ
ಯಾರೋ ನಿಮ್ಮನ್ನು ಗುರುತು ಹಿಡಿದು
'ನೀವು ಉಳಿದಿರುವ ಜಾಗ?'
'ನಿಮ್ಮ ಊರು?' 'ನಿಮ್ಮ ಅವಶ್ಯಕತೆಗಳು?'
ಹೀಗೆ ಹಲವು ಪ್ರಶ್ನೆಗಳನ್ನು ಕೇಳಬಹುದೆಂದು
ಹೋದೊಡನೆ ಟೋಪಿಯೊಂದನ್ನು ಖರೀದಿಸಿ,
ಕಣ್ಣಿಗೆ ತಂಪು ಕನ್ನಡಕ ಹಾಕಿ
ಸಂತೆಯಲ್ಲಿ ಮರೆಯಾಗುತ್ತೀರಿ.
ನೆಮ್ಮದಿಯ ಜಾಗವನ್ನು ಹುಡುಕಿಕೊಂಡು
ಹತ್ತಿರದ ಕಡಲ ತೀರಕ್ಕೆ ಧಾವಿಸುತ್ತೀರಿ.
ದಾರಿಯಲ್ಲೆಲ್ಲ ಕಲ್ಲು, ತೀರದ ತುಂಬ ಮೌನ.
ಕಡಲಿಗೆ ಕಲ್ಲೆಸೆದು ಮರೆಯಾಗುತ್ತಿದಂತೆಯೇ
ಬಾಗಿಲು ಬಡಿವ ಶಬ್ದವಾಗುತ್ತದೆ
ನಿಮ್ಮ ಫೋನ್ ರಿಂಗ್ ಆಗುತ್ತದೆ
ಎಂದಿನ ಹಾಗೆ ನೀವು ಶಹರವಾಗಿರುತ್ತೀರಿ!

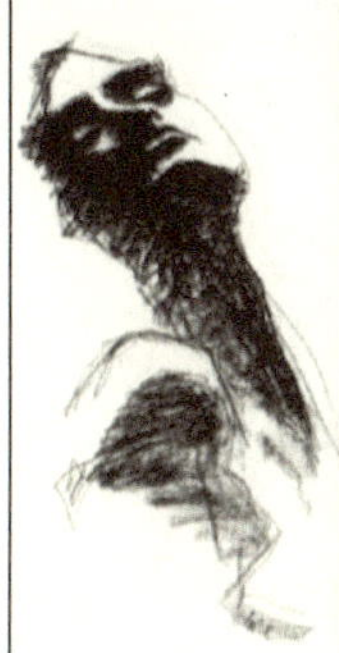

38

ನೀವು ಊಹಿಸಲಾರದಷ್ಟು
ಸಮುದ್ರ ತನ್ನನ್ನು ತಾನು ಪ್ರೀತಿಸುತ್ತೆ.
ತನ್ನದೇ ನೀಲಿ ತೋಳುಗಳನ್ನು ಅಪ್ಪಿಅಪ್ಪಿ
ತೀರಕ್ಕೆ ಅಪ್ಪಳಿಸುತ್ತೆ.
ತನ್ನದೇ ಅಂದಕ್ಕೆ ಮಾರುಹೋಗಿ,
ರೇಸಿಮೆಯಂಥ ಮೈಯನ್ನು ಮತ್ತೆ ನೋಡಿಕೊಂಡು
ಕುಣಿದು, ಕುಪ್ಪಳಿಸಿ, ನಶೆಯ ಅಲೆಯಲ್ಲಿ
ಸದಾ ತೇಲುಗಣ್ಣಾಗಿರುತ್ತೆ.
ಉಪ್ಪಿನ ಕನಸುಗಳನ್ನು ತುಂಬಿಕೊಂಡು,
ಬದುಕ ನೀರ ಕುಡಿಯುತ್ತಲೇ ಜೀವಂತವಾಗಿರುತ್ತೆ.
ಪ್ರತಿ ಕ್ಷಣವನ್ನು ತೀವ್ರವಾಗಿ ಪ್ರೀತಿಸುತ್ತ,
ತನ್ನದೇ ದನಿಯಲ್ಲಿ ಜಗತ್ತಿಗೆ ಹಾಡಾಗಿಸುತ್ತೆ.

ಆದರೆ ನೀವು ನೋಡಿರಲಿಕ್ಕಿಲ್ಲ
ರಾತ್ರಿಗಳಲ್ಲಿ ತನ್ನ ಒಲವನ್ನು
ಚಂದ್ರನಿಗೆ ಮೀಸಲಾಗಿರಿಸುತ್ತೆ
ಇರುಳ ಮೌನಕ್ಕೆ, ನಕ್ಷತ್ರಗಳ ಹಾಡಿಗೆ
ಕನಸುಗಳ ಹೊತ್ತು ತರುವ ಹಡಗಿಗೆ
ಸುತ್ತಲಿನ ಬಣ್ಣಗಳಿಗೆ... ಹೀಗೆ ಎಲ್ಲದಕ್ಕೂ
ಪ್ರೀತಿಯನ್ನೇ ದಾರಿಯಾಗಿರಿಸುತ್ತೆ
ಪ್ರತಿ ಬಾರಿಯೂ ಸಮುದ್ರದ ದಡದಲ್ಲಿ
ಬದುಕಿನ ಪಾಠವು ಬಿತ್ತರಗೊಳ್ಳುತ್ತೆ
ನಿಮ್ಮನ್ನು ನೀವು ಪ್ರೀತಿಸಿದಷ್ಟೇ ತೀವ್ರವಾಗಿ
ಎಲ್ಲವನ್ನು, ಎಲ್ಲರನ್ನು ಪ್ರೀತಿಸಿದಾಗ ಮಾತ್ರವೇ
ನಿಮ್ಮೊಲವಿನ ತೀರಕ್ಕೆ ಬದುಕು ಅಪ್ಪಳಿಸುತ್ತೆ.

39

ಭವಿಷ್ಯದ ಕವಿತೆಗಳು ಚಿಕ್ಕದಾಗಿರುತ್ತವೆ
ಅವಕ್ಕೆ ಬೃಹತ್ ಬ್ಯಾಟರಿಗಳ ಅಥವಾ
ವಿಶಿಷ್ಟ ತಂತುಗಳ ಅವಶ್ಯವಿರುವುದಿಲ್ಲ.
ಚಂದ್ರನ ಬೆಳಕಿನಿಂದಲೋ
ಕಾಡ ಬಳ್ಳಿಯ ಒಂಟಿತನದಿಂದಲೋ
ನಡೆಯಬಹುದಾದ ಸಾಮರ್ಥ್ಯವಿರುತ್ತದೆ.
ಭವಿಷ್ಯದ ಕವಿತೆ ತನ್ನನ್ನು ತಾನೇ ಬರೆದುಕೊಳ್ಳುತ್ತದೆ
ಡಿಜಿಟಲ್ ಪ್ರೋಗ್ರಾಮಿನ ಸಹಾಯದಿಂದ
ತೊಡಕುಗಳಿಲ್ಲದೆ ತಿಂಗಳುಗಟ್ಟಲೆ ಚಲಿಸುತ್ತದೆ

ಭವಿಷ್ಯದ ಕವಿತೆ ಹಗುರಾಗಿರುತ್ತದೆ
ಆಧುನಿಕ ವಸ್ತುಗಳಿಂದ
ವಿಶಿಷ್ಟ ಲೋಹಗಳಿಂದ ತಯಾರಿಸಲ್ಪಟ್ಟಿರುತ್ತದೆ
ಭವಿಷ್ಯದ ಕವಿತೆ ನೂರಾರು ಆಕಾರಗಳಲ್ಲಿ
ಬಣ್ಣಗಳಲ್ಲಿ ಲಭ್ಯವಿರುತ್ತದೆ
ನಮ್ಮ ಜೀವನದ ಸತ್ಯಗಳನ್ನು ತನ್ನದಾಗಿಸಿಕೊಳ್ಳುತ್ತ
ಈಗಿನ ಕವಿತೆಗಳು ತೆಗೆದುಕೊಳ್ಳುವ ಸಮಯದ
ಅರ್ಧದಷ್ಟನ್ನು ಮಾತ್ರ ಬಳಸಿ ಹೆಚ್ಚಿನದನ್ನು ತಿಳಿಸುತ್ತದೆ.

ಭವಿಷ್ಯದ ಕವಿತೆ ಐಪ್ಯಾಡ್ ಕಿಂಡಲ್ಗಳಲ್ಲಿ
ಹಿತ್ತಲ ಗಿಡದ ನೆರಳನ್ನು,
ರಸ್ತೆಯ ಧೂಳನ್ನು, ಹೂವಿನ ಕಂಪನ್ನು,
ಮಗುವಿನ ಮುಗ್ಧತೆಯನ್ನು
ಡೌನ್‌ಲೋಡ್ ಮಾಡಿಕೊಂಡರೂ
ಕೊನೆಗೆ ಕವಿ ಹೃದಯಕ್ಕೆ ಸೋಲುತ್ತದೆ!

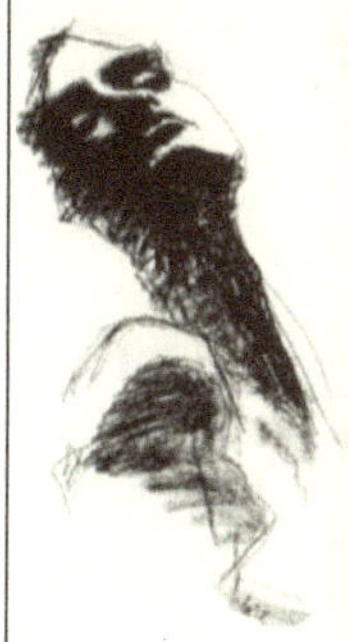

40

ಬಹುಶಃ ಒಬ್ಬ ಕವಿಗೆ ಮಾತ್ರವೇ
ನಿಮ್ಮ ಮನಸ್ಸನ್ನು ಪೂರ್ತಿಯಾಗಿ
ಆವರಿಸಿಕೊಳ್ಳಲು ಸಾಧ್ಯ.
ನೀವು ಸೇದುವ ಕೊನೆಯ ಸಿಗರೇಟಿನ ಹೊತ್ತಿಗೆ
ಇದನ್ನು ಅರಿಯುತ್ತೀರಿ.

ಸೇದುತ್ತ ಸೇದುತ್ತ ನೀವು ಮತ್ತು ನಾನು
ಹಂಗಿಸುತ್ತೀವಿ ಅವನನ್ನು
ಎಷ್ಟಾದರೂ ಅವನಿಗೆ ಕೆಲಸವಿಲ್ಲ ಕಾರ್ಯವಿಲ್ಲ
ಇರುವಿಕೆಯ ಅಹಂ ಅಂತೂ ಇಲ್ಲವೇ ಇಲ್ಲ.
ನೀವು ನಿಮ್ಮೆಲ್ಲ ಪದವಿಗಳನ್ನು ಗಿಟ್ಟಿಸಿಕೊಂಡು
ಜೀವನದ ವೈಭೋಗಗಳಲ್ಲಿ ತೇಲಿ ಮಿಂದು
ಅವನನ್ನು ಹೀಯಾಳಿಸುತ್ತೀರಿ.

ಏನನ್ನಾದರೂ ಬರೆಯುವುದಕ್ಕೆ ಮುಂಚೆ
ನೆಟ್ಟಗೆ ಬದುಕಬೇಕು ಎನ್ನುವುದು ಅವನ ವಾದ.
ಮದುವೆಯಾಗಿ, ಮಕ್ಕಳಾಗಿ, ಮೊಮ್ಮಕ್ಕಳಾಗಿ
ಗಾಣದ ಎತ್ತಿನಂತೆ ದುಡಿದು ಸವೆದು
ನೀವು ಮುದುಕರಾಗುತ್ತೀರಿ,
ಮತ್ತೆ ಅವನನ್ನು ನೋಡಿ ನಗುತ್ತೀರಿ!

ಅವನಂತೂ ಇನ್ನೂ ಪುಟ್ಟ ಹುಡುಗ
ಮಣ್ಣಿನಲ್ಲಿ ಆಡುತ್ತ, ನಕ್ಷತ್ರಗಳನ್ನು ಎಣಿಸುತ್ತ,
ದಾರಿಯ ಹಂಗೇ ಇಲ್ಲದ ಹೂವಿನಂತೆ!
ಸಿಗರೇಟು ಸೇದುತ್ತ ನೀವು ಮತ್ತು ನಾನು
ಮತ್ತೆ ಹಂಗಿಸುತ್ತೇವೆ
ಬದುಕು ದಣಿದು ಅವನತ್ತ ನೋಡಿದರೆ
ಅವನಿನ್ನೂ ಕವಿತೆಗಳ ಬರೆಯುತ್ತಿದ್ದಾನೆ!
ಕೊನೆಯ ಸಿಗರೇಟಿನಂತೆ ನೀವು ಮತ್ತು ನಾನು
ಒಂದೊಮ್ಮೆ ಮುಗಿದುಹೋಗಬಹುದು.

ಆದರವನು
ಈಗಷ್ಟೇ ಸೂರ್ಯನನ್ನು ಕವಿಯಾಗಿಸಿದ್ದಾನೆ!

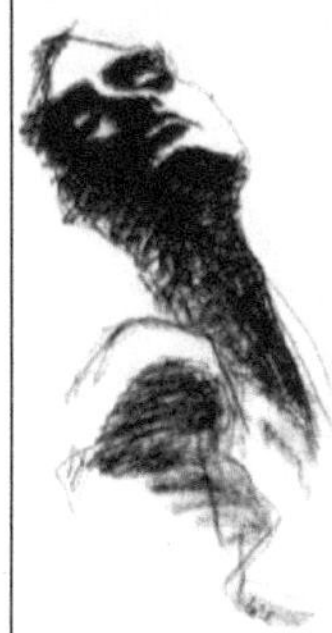

41

ನನ್ನ ಮನೆಯ ಮುಂದಿರುವ ದೇವಸ್ಥಾನಕ್ಕೆ
ದಿನವೂ ಬಹು ದೂರದಿಂದ
ನಡೆದು ಬರುವ ಜೀವ.
ನಡುಗುವ ಕೈಗಳಲ್ಲಿ ತನ್ನ ಬದುಕನ್ನೇ ತುಂಬಿಕೊಂಡಂತೆ
ಎರಡು ಪ್ಲಾಸ್ಟಿಕ್ ಬ್ಯಾಗು,
ಸುಕ್ಕುಗಟ್ಟಿದ ಚರ್ಮ, ಬಾಗಿದ ಬೆನ್ನು
ಯೌವ್ವನದ ಆಕಾಶ ಮಾಸಿಹೋಗಿ
ಸೂರ್ಯನ ಬೆಳಕಿಗೆ ಹೊಳೆವ ಬೂದಿಬಣ್ಣದ ಕೂದಲು.
ಕೈಗಳಲ್ಲಿಯ ನರಗಳು ಬದುಕಿಗೆ ಬೇಸತ್ತು
ರೆಕ್ಕೆಗಳಾಗಿ ಹಾರಿಬಿಡಬೇಕು ಎನ್ನುವಂತೆ
ಇಣುಕಿ ಇಣುಕಿ ನೋಡುತ್ತಿವೆ.
ದಿನವೂ ಅದೇ ಜಾಗದಲ್ಲಿ ಕೂತು,
ಯಾರನ್ನು ಏನೂ ಬೇಡದೆ ಹೋದರೂ
ಒಂದು ಹಿಡಿ ಪ್ರೀತಿಗೆ ಹಂಬಲಿಸುವ ಕಣ್ಣುಗಳು.
ಏನೇ ಕೊಟ್ಟರು ಒಂದು ಕ್ಷಣ ಖುಷಿ, ಮತ್ತದೇ ಮೌನ
ದೇವಸ್ಥಾನದ ಬೀದಿಯ ಪೂಜೆಯೇ ಇರದ ಮೂರ್ತಿ.

ಹಳೆ ಕೋಣೆಯ ಮೂಲೆಯಲ್ಲಿ
ಧೂಳು ಹಿಡಿದು, ಶಾಯಿಯೆಲ್ಲ ಮಬ್ಬಾಗಿ
ಬಚ್ಚಿಟ್ಟ ಎಲೆಗಳು ಮರೆಯಾಗಿ
ಹಳದಿ ಬಣ್ಣದ ಪುಟಗಳು
ಕಪಾಟುಗಳು ಮುರಿದುಹೋಗಿ
ಕಥೆಗಳೇ ಇಲ್ಲದ ಪುಸ್ತಕಗಳು
ನನ್ನದೇ ಕನ್ನಡಿಗೆ ಕಾಣಸಿಗದ ಬಿಂಬ

ಓದದೆಯೇ ಮಾಸಿಹೋದ ಅದೆಷ್ಟೋ ಪ್ರೀತಿ ಪುಟಗಳು,
ಬರೆಯದೇ ಕಳೆದುಹೋದ ಅದೆಷ್ಟೋ ಅನಾಥ ಕಥೆಗಳು!

42

ಜನರು ಅಲೆಮಾರಿಗಳು
ಕೆಲವೊಮ್ಮೆ ನೋವಿನ ಬಿರುಕುಗಳಲ್ಲೇ ಉಳಿದರೂ
ಮುಂಬಾಗಿಲಿನಿಂದ ಧೈರ್ಯವಾಗಿ
ಹೊರನಡೆಯುತ್ತಾರೆ.
ತುಂಬಾ ನಕ್ಕಂತನಿಸಿಯೂ
ಗೋಡೆಗಳ ಗಂಭೀರವಾಗಿ ಪರಿಗಣಿಸುತ್ತಾರೆ
ಕೇಳಿದ ಪ್ರಶ್ನೆಗಳಿಗೆಲ್ಲದಕ್ಕೂ
ಹೂ ಎನ್ನುತ್ತಾ ತಲೆಯಾಡಿಸುತ್ತಾರೆ
ಅವರ ಚಡಪಡಿಕೆಯ ಗಾತ್ರಕ್ಕೆ
ಬದುಕು ಹೊರಹೊಮ್ಮದೇ ಇದ್ದರೂ
ಹೆಜ್ಜೆ ಹಾಕುತ್ತ ಗಡಿಗಳನ್ನು ದಾಟಿ
ಗೊತ್ತೇ ಇರದ ಜಾಗಗಳಲ್ಲಿ ನೆಲೆಸುತ್ತಾರೆ.

ಹೌದು, ಕೊನೆಗೆ ನೀವು ಯಾವಾಗಲೂ
ಆಗಬಯಸಿದ್ದ ನಿಮ್ಮದೇ ಪ್ರತಿಕೃತಿಗಳಾಗುತ್ತೀರಿ.
ಆದರೆ ಅಲ್ಲಿಯವರೆಗೂ
ನೀವು ಅಲ್ಲದಿರುವ ಎಲ್ಲವೂ ಆಗುತ್ತೀರಿ
ನಾವೆಲ್ಲರೂ ಅಲೆಮಾರಿಗಳೇ
ಅಲೆಮಾರಿಗಳಾಗಿದ್ದೇವೆಂಬ ನೆನಪು
ಬಾರದಿರುವ ತನಕ.

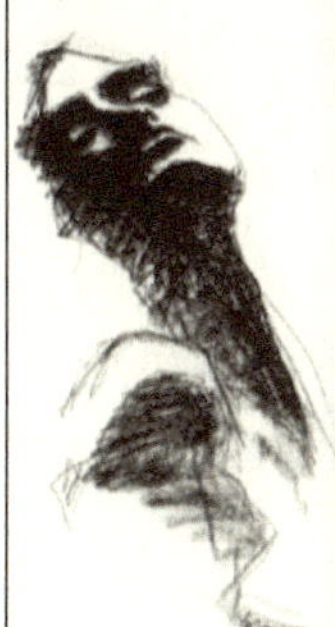

43

ಮಾನವನ ದುಷ್ಕೃತ್ಯಗಳೆಲ್ಲ
ಭವಿಷ್ಯದ ದಿನಗಳಲ್ಲಿ ಹೇಗೆ ಪ್ರತಿನಿಧಿಸಲ್ಪಡುತ್ತವೆ?
ಅವೇನು ತಾರ್ಕೋವ್ಸ್ಕಿ ಸಿನಿಮಾದ ದೃಶ್ಯದಂತೆ ನಿಮ್ಮನ್ನು
ಆವರಿಸುವುದಿಲ್ಲ
ಅರಳಿದ ತಾವರೆಯಂತೆ ನಿಮ್ಮ ಕೊಳದಲ್ಲಿ ನಳನಳಿಸುವುದಿಲ್ಲ
ಗಾಳಿಯಲ್ಲಿ ತೇಲಿಬಂದ ಗಂಧದಂತೆ ನಿಮ್ಮೆದೆಯಲ್ಲಿ ನಿಲ್ಲುವುದಿಲ್ಲ

ಎದೆ ಸೀಳಿದ ಗುಂಡೇಟುಗಳು ನೆತ್ತರಾಗಿ ಹರಿದು
ಒಬ್ಬರ ಮೇಲೊಬ್ಬರು ಮೂಟೆಗಳಂತೆ ಬಿದ್ದು
ಕೈಯ್ಯಲ್ಲಿ ಹಿಡಿದ ಬಾವುಟಗಳೆಲ್ಲ ಯುದ್ಧದ ಹಾಡನ್ನು ಹಾಡಿ
ಮುಗ್ಧ ಕಂದಮ್ಮಗಳ ಬದುಕನ್ನೇ
ಮೈಮೇಲೆ ಹಚ್ಚೆಯಾಗಿಸಿಕೊಂಡ ಮುದುಕಿಯ ಕನಸುಗಳ,
ಕನ್ನಡಿಯಲ್ಲಿ ಬಚ್ಚಿಟ್ಟ ಆ ಹೆಣ್ಣುಮಗಳ ಗುಟ್ಟುಗಳ
ಕೊನೆ ಉಸಿರುಗಳು ಗಡಿಗಳಾಚೆ ತೆವಳುತ್ತ
ಮತ್ತೊಂದು ಶರತ್ಕಾಲದ ಶಾಂತಿಯ ಮಣ್ಣನ್ನೇ ಹುಡುಕುತ್ತವೆ

ಭವಿಷ್ಯದ ನಕ್ಷೆಗಳು ಈಗಿನ ಹಾಗಲ್ಲ
ಪೂರ್ವಗ್ರಹಿಕೆ, ವರ್ಣಬೇಧ ನೀತಿ,
ಮತಾಂಧತೆ, ಕ್ರೌರ್ಯ... ಹೀಗೆ ನಿಮ್ಮೆಲ್ಲ
ಅಶ್ಲೀಲ ಚಿಂತನೆಗಳನ್ನು ದಾಖಲಿಸುತ್ತವೆ
ಪರಸ್ಪರ ಹೊಡೆದಾಡಿ ಹರಿಸಿದ ರಕ್ತಸಿಕ್ತ ಕಥೆಗಳನ್ನು
ನದಿ, ಬೆಟ್ಟ, ಕಾಡುಗಳಲ್ಲಿ ಅಡಗಿಸಿ
ನೊಂದವರನ್ನು ಸಣ್ಣ ಚುಕ್ಕೆಗಳಾಗಿಸುತ್ತವೆ
ನಿಮ್ಮ ಅನಾಗರಿಕ ವರ್ತನೆಗಳು
ಅಂಗಾಂಗಗಳನ್ನೆಲ್ಲ ತುಂಡು ತುಂಡಾಗಿಸಿ
ನೆಲದಲ್ಲಿ ಸೇರಿ, ಬಂಡೆಯಲ್ಲಿ ಆಳವಾಗಿಳಿದು
ಹಂತ ಹಂತವಾಗಿ ಪಳೆಯುಳಿಕೆಗಳಾಗುತ್ತವೆ

ಮುಂದೊಮ್ಮೆ ಪುರಾತತ್ವ ಶಾಸ್ತ್ರವನ್ನೇ
ಆಸಕ್ತಿಯ ಕ್ಷೇತ್ರವಾಗಿಸಿಕೊಂಡ
ಅಪರಿಚಿತ ವಿಜ್ಞಾನಿಯೊಬ್ಬ ನಿಮ್ಮನ್ನು ಹೊರತೆಗೆಯುತ್ತಾನೆ
ಮೌನವಾಗಿ ಕೂತು ಲಕ್ಷಾಂತರ ವರ್ಷಗಳ ಹಿಂದೆ
ರೂಪುಗೊಂಡ ಪಳೆಯುಳಿಕೆಗಳ ಪರಿಶೀಲಿಸಿದಾಗ
ಕಾಣಸಿಗುವುದಿಷ್ಟೇ, ಕಿಚ್ಚಿನಲ್ಲಿ ಕರಕಲಾದ
ಪೈಪೋಟಿಯಲ್ಲಿ ದಹಿಸಿ ಮನುಷ್ಯತ್ವ ಮರೆತ,
ಸಿದ್ಧಾಂತಗಳ ಉಸಿರಾಗಿಸಿಕೊಂಡ ದೇಹಗಳು!

ಇತಿಹಾಸ ನೆನಪಿಸಿಕೊಳ್ಳಬೇಕೆಂದು
ಅಷ್ಟೂ ದುಷ್ಕೃತ್ಯಗಳ ಎಸಗಿದವರನ್ನು
ವಿಜ್ಞಾನಿಯೊಬ್ಬ ಪಳೆಯುಳಿಕೆಗಳಿಂದ ಬೇರ್ಪಡಿಸಿ
ವಸ್ತು ಸಂಗ್ರಹಾಲಯದ ಗಾಜಿನ ಪೆಟ್ಟಿಗೆಯಲ್ಲಿ
ಒಂದು ಹೂವಾಗಿಸುತ್ತಾನೆ

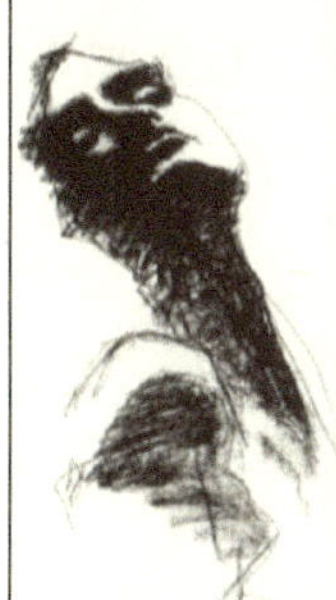

44

ಗದ್ಯಗಳ ಲೋಕದಲ್ಲಿ ಬದುಕುತ್ತಿರುವ
ನಾನೊಬ್ಬ ನಿರಾಶ್ರಿತ ಕವಿ
ಯಾವಾಗಲು ನಾನು ಹೀಗೇ ಮಾತಾಡಬೇಕೆ
ರೂಪಕಗಳನ್ನು, ಪ್ರಾಸಗಳನ್ನು ಬಳಸಲೇಬೇಕೆ
ಅಥವಾ ಹಾಳೆಯ ಗುಲಾಮನಾಗಿ
ಅಸ್ತಿತ್ವವನ್ನೇ ಮರೆತುಬಿಡಬೇಕೇ?

ರಾಜಿಮಾಡಿಕೊಳ್ಳಲಂತೂ ತಯಾರಿಲ್ಲ
ಇದೀಗ ನನ್ನ ದನಿ ನಿಮಗೆ ಕೇಳಲೇಬೇಕಿದೆ
ಓದದೇ, ಓದಿದರೂ ಪ್ರೀತಿಸದೆ, ಅರ್ಥಮಾಡಿಕೊಳ್ಳದೆ
ಅಥವಾ ಅರ್ಥ ಮಾಡಿಕೊಂಡರೂ
ಪತ್ರ, ಭಾಷಣ, ಚರ್ಚೆಗಳಲ್ಲಿ ಮಾತ್ರ ಬಳಸಿ
ಬದುಕಿನ ಸಂತಸಗಳ ಕೊನೆಗೆ ಕಥೆ,
ಕಾದಂಬರಿಗಳಲ್ಲಿ ಕಾಣುವುದು ಎಷ್ಟು ಸರಿ?

ಕವಿಯನ್ನು ಕಂಡ ಕ್ಷಣವೇ ಸತ್ಯಗಳ ಸಮಾಧಿ ಮಾಡಿ
ಕವಿತೆ ಎಲ್ಲವನ್ನು ಬೆತ್ತಲಾಗಿಸಬಹುದೆಂದು ಭಯಪಟ್ಟು
ಪದೇ ಪದೇ ವಿಚಿತ್ರ ಕಾಳಜಿಯಿಂದ ಕಾಣುವ
ಕವನ ಸಂಕಲನಗಳ ಜೋಡಿಸಿಬಿಡುವ ನೀವೆಷ್ಟು ಸರಿ?
ನಿಮ್ಮಂತೆಯೇ ನಾವೂ ಬರಹಗಾರರು
ಹೇಳಬೇಕಾದ್ದನ್ನು ಇಬ್ಬರೂ ಹೇಳುತ್ತೇವೆ
ನಾವಿರದೆ ಅರ್ಥಗಳೆಲ್ಲ ಅರ್ಥಹೀನ

ಭಾಷೆ ಯಾವುದಕ್ಕೆ ಹಾತೊರೆಯುತ್ತದೆ
ಎಂಬುದನ್ನು ಮತ್ತೆ ಈ ಕವಿತೆಯೇ ಹೇಳುತ್ತಿದೆ
ಇದೇನೂ ಹೊಸ ವಿಷಯವಲ್ಲ!

45

ಭೂಮಿ ಅತ್ತಾಗಲೆಲ್ಲ
ಮನೆಗೆ ಕರೆತಂದು
ಆರಾಮ ಕುರ್ಚಿಯಲ್ಲಿ ಕೂರಿಸಿ.
ಫ್ಯಾನ್ ಹಾಕಿ, ಒಂದು ಲೋಟದಲ್ಲಿ
ತಣ್ಣನೆಯ ಮಜ್ಜಿಗೆ ಕೊಡಿ
ಒಂದಿಷ್ಟು ಒಳ್ಳೆಯ ಮಾತುಗಳನ್ನು ಆಡಿ
ಸಾಧ್ಯವಾದರೆ ಆರೋಗ್ಯವನ್ನು ವಿಚಾರಿಸಿ.

ಅಳಿದ ಪ್ರಾಣಿ ಪಕ್ಷಿಗಳ, ನಶಿಸುತ್ತಿರುವ ಕಾಡುಗಳ,
ದ್ವೇಷಾಸೂಯೆಯಲ್ಲಿ ಬಾಡುತ್ತಿರುವ ಮನಸುಗಳ,
ಯುದ್ಧಗಳ, ಮುಚ್ಚಿಹಾಕುತ್ತಿರುವ ಹೆಣಗಳ ಬಗ್ಗೆ
ಈಗ ಭೂಮಿ ಚಿಂತಿಸುತ್ತಿರಬಹುದು

ಹೀಗೆ ಹೊರಲಾಗದೆ ತಿರುಗುತ್ತಿರುವ
ಭಾರದ ಕಟ್ಟಿಗೆಗಳನ್ನು ಬಾಗಿಲ ಬಳಿಯಲ್ಲಿ
ಇಳಿಸಲು ಸ್ವಲ್ಪ ನೆರವು ನೀಡಿ.
ಪ್ರೀತಿ ದಕ್ಕದ ಆಗಂತುಕನಂತೆ
ನಿಮ್ಮನ್ನವಳು ಅರಸಿ ಬಂದಿರಬಹುದು
ಅಪ್ಪಿ, ಬಿಕ್ಕಿ ಬಿಕ್ಕಿ ಅಳುವುದಕ್ಕೆ ಅವಕಾಶ ಕೊಡಿ
ತಂಪು ಗಾಳಿ ಬೀಸುವಂತೆ ಕಿಟಕಿ ತೆರೆಯಿರಿ
ಹಳೆಯ ನೆನಪುಗಳನ್ನು ಕೆದಕಲೇಬೇಡಿ
ಅಡುಗೆ ಮಾಡಿ ಅಕ್ಕರೆಯಿಂದ ಬಡಿಸಿ

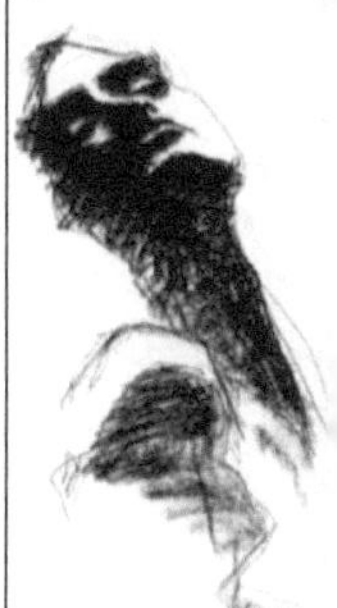

ಈ ರಾತ್ರಿ ನಿಮ್ಮೊಂದಿಗೆ ನೆಮ್ಮದಿಯಾಗಿ ಕಳೆಯಲಿ!
ನಕ್ಷತ್ರಗಳ ಹೊದಿಕೆಯೊಂದನ್ನು ಹೊದಿಸಿ
ಮಕ್ಕಳಿಗೆ ಹೇಳುವ ಕತೆಗಳನ್ನೇ ಹೇಳಿಬಿಡಿ
ಕೆಟ್ಟ ಕನಸು ಬಿದ್ದು ಬೆಚ್ಚಿದಾಗೆಲ್ಲ
ಲಾಲಿ ಹಾಡೊಂದನ್ನು ಹಾಡಿ ಮಲಗಿಸಿ.

ಬೆಳಗಿನಲ್ಲಿ ಎದ್ದು, ಎಲ್ಲವನ್ನು ಮರೆತು,
ಭೂಮಿಯೀಗ ನಗುತ್ತಿರಬಹುದು
ಒಂದು ಕಪ್ ಬಿಸಿಕಾಫಿ ನೀಡಿ
ಪ್ರೇಮಿಯನ್ನು ಕೆಲಸಕ್ಕೆ ಬೀಳ್ಕೊಡುವ ಹಾಗೆ
ಕೆನ್ನೆಯ ಮೇಲೊಂದು ಮುತ್ತನ್ನು ನೀಡಿ
ಬಾಗಿಲ ತನಕ ಹೋಗಿ ಬಿಟ್ಟುಬನ್ನಿ
ತಿರುಗಿ ತಿರುಗಿ ಸುಸ್ತಾಗಿ ಮತ್ತೊಮ್ಮೆ
ನಿಮ್ಮೊಲವಿನ ತೆಕ್ಕೆಗೆ ಮರಳಬಹುದು!

46

ರಸ್ತೆಯ ಮೂಲೆಯ ಹೋಟೆಲಿನಲ್ಲೇ
ಯಾವಾಗಲು ಕಾಫಿ ಕುಡಿಯುತ್ತೇನೆ
ಈ ಬೇಸಿಗೆಯ ಎಲ್ಲ ದಿನಗಳಂತೆಯೇ
ಇವತ್ತೂ ಕೂಡ ಸೆಕೆ, ಕೆಟ್ಟ ಬಿಸಿಲು

ಹೋಟೆಲ್ಲಿನ ಹೊರಗಡೆ ಮುದುಕ ನಿಂತಿದ್ದಾನೆ
ಸುಕ್ಕುಗಟ್ಟಿದ ಚರ್ಮಕ್ಕೆ ಬಿಸಿಲೇನು ಆಘಾತ ಮಾಡೀತು
ಪುಟ್ಟ ಹುಡುಗಿಯೊಬ್ಬಳ ಓಟದ ರಭಸಕ್ಕೆ
ಕಪ್ ಹಿಡಿದು ನಿಂತಿದ್ದ ಮುದುಕನ ಕಾಫಿ ಈಗ ನೆಲದಲ್ಲಿ
ಹಣ್ಣಾಗಿ ಬಾಗಿದ ಮುದುಕನ ಕಣ್ಣು
ಪ್ಯಾಂಟಿನ ಮೇಲೆ ಬಿದ್ದ ಕಾಫಿಯನ್ನೇ ದಿಟ್ಟಿಸುತ್ತಿದೆ
ನಡುಗುವ ಕೈಗಳು ಕರವಸ್ತ್ರವನ್ನು ನೀರಿನಲ್ಲದ್ದಿ
ಕಲೆಯನ್ನು ಒರೆಸುತ್ತಿದೆ
ಬದುಕಿನ ಕಪ್ ಹೀಗೊಂದು ದಿನ ಒಡೆಯಬಹುದು
ಎನಿಸುವಂತೆ ಸುಕ್ಕುಗಳು ಕತೆ ಬಿಚ್ಚಿಡುತ್ತಿವೆ

ಹೆದರಿದ್ದ ಮಗುವನ್ನು ಹತ್ತಿರ ಕರೆದು
ಶರ್ಟ್ ಜೇಬಿಗೆ ಕೈ ಹಾಕಿ
ಮುದುಕ ಚಾಕಲೇಟ್ ನೀಡುತ್ತಾನೆ
ಜಗತ್ತಿನ ಅಷ್ಟು ಸುಖಗಳೆಲ್ಲ
ಈಗಾಗಲೇ ಬಿಟ್ಟು ಹೋಗಿದ್ದರೂ
ಮುಖದಲ್ಲಿ ಅವನಿಗಷ್ಟೇ ಕಾಣುವ ನಗು, ಪ್ರೀತಿ
ಏನೂ ನಡೆದೇ ಇಲ್ಲವೆನ್ನುವಂತೆ ಅವರಿಬ್ಬರು

ಕಾಫಿ ಕುಡಿಯುತ್ತಿದ್ದ ನನ್ನ ಕಣ್ಣಲ್ಲಿ ನೀರು!

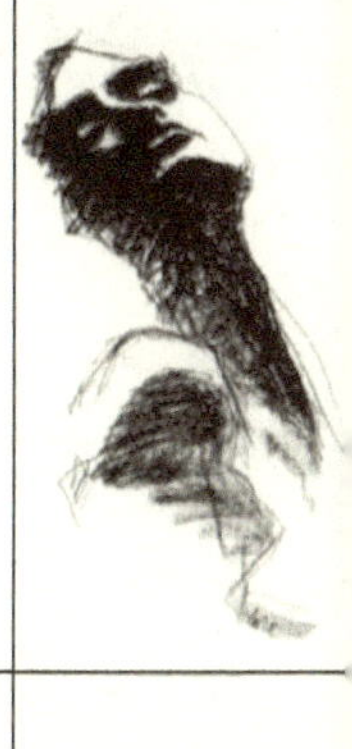

47

ನಿಮ್ಮ ಭಾವಚಿತ್ರವನ್ನು ನೀವೇ ಬಿಡಿಸಬೇಕು
ಎಂದು ನಿಮಗನಿಸಿದರೆ
ಹೊಳೆವ ಬಣ್ಣಗಳಿಂದಲೇ ಆರಂಭಿಸಿ.
ಕಣ್ಣ ರೆಪ್ಪೆಗಳ ಕಡುಗಪ್ಪಾಗಿಸಿ
ಕಡಲ ನೀಲಿ ಬಣ್ಣದಾಳವನ್ನು ತುಂಬಿಸಿ
ಸೂರ್ಯನ ಬೆಳಕಿಗೆ ಹಾತೊರೆವ ಕಂದು
ಮುಖವನ್ನು ಬರೆದುಬಿಡಿ
ತೆರೆದ ಬಾಯಿ, ದಪ್ಪ ತುಟಿ, ನಗು ಎಲ್ಲವನ್ನು
ಒಂಚೂರು ಅತಿಶಯಗೊಳಿಸಿ
ಅಮ್ಮನ ಕೈಗಳಂತೆ ನಿಮ್ಮ ಕೈಗಳು ಕೂಡ!
ಜಗತ್ತಿನ ಪ್ರೀತಿಯನ್ನೆಲ್ಲ
ಹಿಡಿದಿಡುವ ಬೊಗಸೆಯನ್ನು ಚಿತ್ರಿಸಿ
ಸಿಡುಕಿನ ಕಡುಗೆಂಪು ಬಣ್ಣವನ್ನು
ಒಂಚೂರು ಮೂಗಿಗೆ, ಒಂಚೂರು ಕೆನ್ನೆಗೆ ಮೆತ್ತಿ
ಮೊಂಡುತನಕ್ಕೆ ಸಾಸಿವೆಯ ಕಪ್ಪು ಬಣ್ಣವೇ ಸರಿ
ಬಯಕೆಗಳ ದಟ್ಟವಾಗಿಸಿ, ಒರಟೊರಟಾಗಿಸಬೇಕೆಂದರೆ
ಮತ್ತೊಂದು ಕುಂಚವನ್ನು ಬಳಸಿ.
ತುಟಿ, ಕಿವಿ, ನಾಲಗೆಗೆ ಬಣ್ಣಗಳ ಹುಡುಕಿಕೊಡಿ!
ಬಿಡಿಸಿದ ಸ್ವಚಿತ್ರ ಇಷ್ಟವಾದರೆ
ಹಾಳೆಯ ಖಾಲಿ ಜಾಗದಲ್ಲಿ ಆತ್ಮವನ್ನು
ದೂರದಾಗಸದಲ್ಲಿ ಹೊಳೆವ ನಕ್ಷತ್ರದಂತೆ ರಚಿಸಿ
ಯಾವುದೇ ಬಣ್ಣವನ್ನು ತುಂಬದೆ, ಹಾಗೆ ಬಿಟ್ಟುಬಿಡಿ!

48

ಅವನನ್ನು ಕಂಡುಕೊಳ್ಳುವ ಸ್ವಾತಂತ್ರ್ಯ!

(ಗಪದ್ಯ)

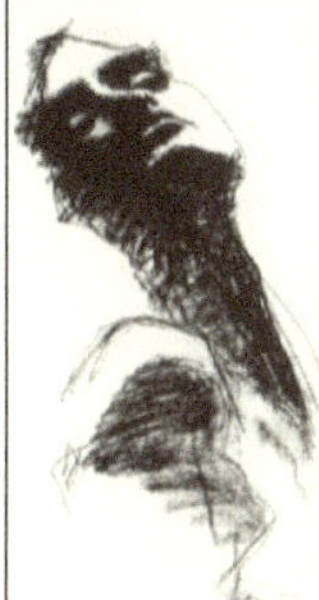

ನಡು ಹಗಲ ಸುಡುಬಿಸಿಲ ರಸ್ತೆಯ ಮೂಲೆಯಲ್ಲಿ ನಿಂತು ವ್ಯಕ್ತಿಯೊಬ್ಬ ನನ್ನನ್ನೇ ದಿಟ್ಟಿಸಿದಂತಾಯಿತು. ಯಾರಿರಬಹುದು? ಧಗೆ, ಧೂಳು, ಜನಸಂದಣಿ ರೂಢಿಯಾಗಿದ್ದ ನನಗೆ ಇವನ್ಯಾರೆಂದು ಮಾತ್ರ

ತಿಳಿಯಲಿಲ್ಲ. ರಸ್ತೆ ದಾಟಿದರೆ ಈ ಸಂತೆಯಲ್ಲಿ ಕಳೆದೇಹೋದಾನು ಅನ್ನಿಸಿ ಹಿಂಬಾಲಿಸಿ ನಡೆದೆ. ಹಾಕಿದ್ದ ಹವಾಯಿ ಚಪ್ಪಲಿಗೆ ಕಲ್ಲು, ಮಣ್ಣು, ರದ್ದಿ ಅಂಟಿ ಬಹಳ ದಿನಗಳೇ ಕಳೆದಿತ್ತು. ಬಹುಶಃ ಜಗತ್ತಿನದೆಲ್ಲವೂ ಮನಸ್ಸಿಗೆ ಅಂಟಿಕೊಂಡಾಗಲೇ ಮನುಷ್ಯ ಅದನ್ನು ತೊಳೆಯುತ್ತಾನೆ. ಸ್ವಲ್ಪ ದೂರ ನಡೆದಮೇಲೆ ಬಾಯಾರಿಕೆಯಾಗಿ, ಪಕ್ಕದಲ್ಲೇ ಇದ್ದ ಅಂಗಡಿಯಲ್ಲಿ ನೀರಿನ ಬಾಟಲಿಯೊಂದನ್ನು ಕೊಂಡು, ಮೇಲೆತ್ತಿ ಕುಡಿಯಲಾರಂಭಿಸಿದೆ. ಸೂರ್ಯನಿಗೆ ತನ್ನೊಲವನ್ನು ಬರಸೆಳೆದು ತಬ್ಬುವಾಸೆ. ಮೋಡ ನಾಚಿ ನೀರಾಗಿ ಅಪ್ಪಿ ಮರೆಯಾಗುವ ಕ್ಷಣಕ್ಕೆ ಇಬ್ಬರೂ ಒಂದೇ!

ಹರಿಯುವ ನೀರಿನ ದನಿ, ಹಚ್ಚ ಹಸಿರು, ಸುತ್ತಲೂ ಬೆಟ್ಟ ಗುಡ್ಡ ಇದ್ದ ಊರಿಗೆ ಹೋಗಬೇಕೆಂದು ಕನಸು ಕಂಡೆ. ಅದು ಹೀಗೆಯೇ! ಯಾವುದೋ ಒಂದು ಕನಸು ನಮ್ಮೆಲ್ಲ ಶಕ್ತಿಯನ್ನು, ಕ್ರಿಯಾಶೀಲತೆಯನ್ನು ಒಂದೆಡೆಗೆ ನೂಕಿ ಮುನ್ನುಗಿಸುತ್ತದೆ. ಗೆಲುವಿನ ಆಸೆ, ಏನೋ ಆಗಲೇಬೇಕೆನ್ನುವ ಹಂಬಲ, ಪ್ರೀತಿ... ಎಡವುತ್ತೇವೆ! ನಾವೆಲ್ಲರೂ ಹೀಗೆ ಎಡವುತ್ತಲೇ ಇರುತ್ತೇವೆ. ಗೊತ್ತೇ ಇರದ ಊರುಗಳಲ್ಲಿ, ಯಾರದೋ ಮನೆಯಲ್ಲಿ, ಯಾವುದೋ ರಸ್ತೆಯಲ್ಲಿ ಅಲೆಯುತ್ತ ಏನನ್ನೋ ಮಾರುತ್ತೇವೆ, ಯಾವುದನ್ನೋ ಕೊಳ್ಳುತ್ತೇವೆ. ಹಲವಾರು ಬಾರಿ ಬೇಡದ್ದನ್ನೇ ಬೇಕು ಎಂದು ಸಮರ್ಥಿಸಿಕೊಳ್ಳುತ್ತೇವೆ! ಬಿದ್ದು ಹೋಗುತ್ತಿರುವ ಅಥವಾ ಹೊಸದಾಗಿ ಕಟ್ಟುತ್ತಿರುವ ಕಟ್ಟಡಗಳಲ್ಲಿ ಇಟ್ಟಿಗೆ ಮಣ್ಣಿನ ಕಥೆಗಳನ್ನು ಹುಡುಕುತ್ತೇವೆ. ಯಾರದೋ ಅದ್ದೂರಿ ಮದುವೆಯಲ್ಲಿ ಗೊತ್ತೇ ಇರದ ಅಥವಾ ಗೊತ್ತಿರಬಹುದಾದ ಮುಖಗಳ ನಡುವೆ ನಗುತ್ತ ಕ್ಯಾಮೆರಾದ ಫೋಟೋಗೆ ಸಿಲುಕುತ್ತೇವೆ.

ಎಷ್ಟೋ ಬಾರಿ ಹೀಗೂ ಅನಿಸಿದೆ. ಸೋತ ಕನಸುಗಳನ್ನು ಹುಡುಕಬೇಕು. ನೊಂದ ಪ್ರೇಮಿ, ದುಡ್ಡು ಕಳೆದುಕೊಂಡ ಮನುಷ್ಯ, ಪಾಸ್ ಆಗದ ಯುವಕ, ಸಾಯುತ್ತಿರುವ ಮುದುಕಿ, ಗೊತ್ತೇ ಇರದ ಭಾಷೆ ಹೀಗೆ ಸೋತ ಕಥೆಗಳಿಗೆ ನಾನೂ ಸೋಲಬೇಕಿದೆ.

ನಮ್ಮ ಕಾರ್ಪೊರೇಟ್ ಗೆಳೆಯರ ಜೊತೆ ಪ್ರವಾಸ ಹೋದರೆ ಕಾಡಿನಲ್ಲಿದ್ದರೂ ಎಲ್ಲ ಅನುಕೂಲಗಳು! ಸಂಗೀತ, ನೃತ್ಯ, ಬಾರ್ಬೆಕ್ಯೂ,

ಟೆಂಟು, ವಾಟ್ಸಪ್ ಜೋಕುಗಳು. ಪ್ರಕೃತಿಯ ಮಡಿಲಲ್ಲಿ ಒಂದು ನಗರವನ್ನು ಕಟ್ಟಿಕೊಂಡಷ್ಟೇ ಸಂತಸ! ಅಪರಿಚಿತನಾಗಬೇಕಿದೆ, ಅರಸಬೇಕಿದೆ, ಗೊತ್ತೇ ಇರದ ದೂರದ ಊರುಗಳಲ್ಲಿ ಗೊತ್ತಿರುವ ಏನೋ ಸಿಗಬೇಕಿದೆ. ಒಂದು ಕಪ್ಪು ಚಹಾ ಕುಡಿದು ಶತಮಾನದ ಕಥೆಗಳ, ಬೆಟ್ಟದ ಹೂವುಗಳ ಜಾಡು ಹಿಡಿಯಬೇಕಿದೆ. ದಾರಿ ಸಿಗುತ್ತಲೇ ಮತ್ತೆ ಮತ್ತೆ ಕಳೆದು ಹೋಗಬೇಕಿದೆ. ಹರಿಯುವ ನದಿಯಲ್ಲಿ, ತೇಗದ ಮರದಲ್ಲಿ, ಮೋಡದ ಹನಿಯಲ್ಲಿ ಜೀವನವನ್ನು ಹುಡುಕಬೇಕಿದೆ.

ಅವನು ಬಲಕ್ಕೆ ತಿರುಗಿ ಆ ಚಿಕ್ಕ ರಸ್ತೆಯಲ್ಲಿ ನಡೆಯಲು ಶುರುಮಾಡುತ್ತಾನೆ. ಥಟ್ಟನೆ ಮಳೆ ಹನಿದು ಎಲ್ಲವೂ ತಣ್ಣಗೆ! ದಾರಿಯುದ್ದಕ್ಕೂ ನಾಯಿಗಳು ಬೊಗಳುತ್ತಿವೆ. ಗುಟ್ಟೊಂದನ್ನು ನಾನು ಬಚ್ಚಿಟ್ಟುಕೊಂಡಿರುವ ಅನುಮಾನವಿರಬೇಕು. ನೋಡು ನೋಡುತ್ತಲೇ ಚಿಕ್ಕ ಹುಡುಗನೊಬ್ಬ ಬುಟ್ಟಿಯಲ್ಲಿ ನಾನೇ ಬರೆದ ಕವನದ ಪುಸ್ತಕವನ್ನು ತಂದು ಮುಂದಿಡುತ್ತಾನೆ. ಎಲ್ಲವೂ ಮಬ್ಬು, ಗೋಡೆಯ ಮೇಲೆ ಅಕ್ಷರಗಳು ಬೆಸೆದುಕೊಂಡು, ಬೀದಿಯ ತುಂಬಾ ಪುಸ್ತಕದ ರಾಶಿ. ಕವನಗಳು ಬಣ್ಣ ತುಂಬಿಕೊಂಡು ಎಲ್ಲರಿಗು ಮೆತ್ತಿಕೊಳ್ಳುತ್ತವೆ.

ನನಗೆ ಅವನದೇ ಚಿಂತೆ. ಯಾರಿರಬಹುದು? ಕೆಲವೊಮ್ಮೆ ಇಡೀ ಜಗತ್ತನ್ನು ನಮ್ಮೊಳಗೇ ಕಂಡುಕೊಳ್ಳಬೇಕಾಗುತ್ತದೆ. ಯಾರದೋ ಸ್ಕೂಟರ್ ಹತ್ತಿ ಎಲ್ಲೋ ಇಳಿಯಬೇಕಾಗುತ್ತದೆ. ಪ್ರೇಮಿಗಳ ಕವನಗಳನ್ನು ಕದ್ದು ಓದಬೇಕಾಗುತ್ತದೆ, ಮಕ್ಕಳ ಆಟಿಕೆಯಾಗಿ, ಅವಳ ಕೆನ್ನೆಯಾಗಿ, ಹಣ್ಣು ಮುದುಕಿಯ ಸುಕ್ಕಾಗಿ ಕೆಲವೊಮ್ಮೆ ನಮಗೆ ನಾವೇ ಸಿಕ್ಕಬೇಕಿದೆ. ಕಣ್ಣು ತೆರೆದುಕೊಂಡು ಮತ್ತೆ ಅವನನ್ನು ಹುಡುಕುತ್ತೇನೆ. ಉತ್ತರಗಳು ಸಿಗದೇ, ಪ್ರಶ್ನೆಗಳನ್ನು ಬದಲಿಸಿಕೊಳ್ಳುತ್ತೇನೆ. ಕಿಟಕಿಯ ಸಂದಿಯಿಂದ ಯಾರೋ ಇಣುಕಿದಂತಾಗಿ ಅಚ್ಚರಿಗೊಳ್ಳುತ್ತೇನೆ.

ಆದರೆ ಅವನು ಯಾರೆಂದು ತಿಳಿಯಬೇಕಿಲ್ಲ. ಪಕ್ಕದ ರಸ್ತೆಯಲ್ಲೇ ಸಿಕ್ಕುತ್ತಾನೆ!

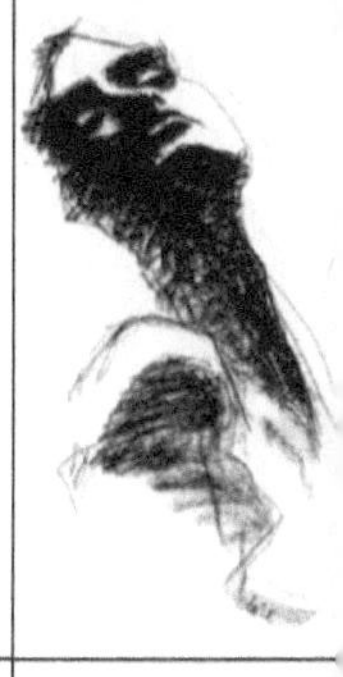

www.ingramcontent.com/pod-product-compliance
Lightning Source LLC
LaVergne TN
LVHW060417051026
849518LV00007B/2593